'The Magic Of The Lost Story' या इंग्रजी पुस्तकाचा अनुवाद

हरवलेल्या गोष्टीचे रहस्य

सुधा मूर्ती

अनुवाद
लीना सोहोनी

मेहता पब्लिशिंग हाऊस

Please contact us at **Mehta Publishing House, Pvt. Ltd.** Pune 411030.
✆ +91 020-24476924 / 24460313 / Mob. No. 9545000513
Email : production@mehtapublishinghouse.com
Website : www.mehtapublishinghouse.com

◆ *या पुस्तकातील लेखकाची मते, घटना, वर्णने ही त्या लेखकाची असून त्याच्याशी प्रकाशक सहमत असतीलच असे नाही.*

THE MAGIC OF THE LOST STORY by SUDHA MURTY

Translated into Marathi Language by Leena Sohoni

हरवलेल्या गोष्टीचे रहस्य / अनुवादित कादंबरी

अनुवाद : लीना सोहोनी
author@mehtapublishinghouse.com
मराठी अनुवादाचे व प्रकाशनाचे हक्क : मेहता पब्लिशिंग हाऊस प्रा. लि.
संस्थापक : सुनील अनिल मेहता
प्रकाशक : मेहता पब्लिशिंग हाऊस प्रा. लि.,
१९४१, सदाशिव पेठ, माडीवाले कॉलनी, पुणे ३०
मुद्रक : श्री मुद्रा
मुखपृष्ठ : पेंग्विन रॅण्डम हाऊस इंडिया यांच्या सौजन्याने
आतील चित्रे : डेव्हिड याम्बेम
प्रकाशनकाल : जानेवारी, २०२३ / सप्टेंबर, २०२३ / पुनर्मुद्रण : डिसेंबर, २०२४
किंमत : ₹ २४०
P Book ISBN 9788195986156
E Book ISBN 9788195986101
E Books available on : amazonkindle Apple Books Google Play Books

आपली संस्कृती संपूर्ण जगासमोर उलगडणाऱ्या
तुंगभद्रा नदीला

प्रस्तावना

मी ज्या प्रदेशात वाढले तिथे पाण्याचं मोल फार होतं. तिथून सर्वांत जवळची नदी म्हणजे वरदा. ही माझ्या घरापासून चाळीस किलोमीटरवर होती; आणि दुसरी तुंगभद्रा नदी सत्तर किलोमीटर दूर होती. सणासुदीच्या दिवशी आम्ही कुटुंबातली सगळी माणसं वरदा किंवा तुंगभद्रा नदीवर जाऊन नदीच्या पात्रात डुबकी मारत असू. कधी कधी आम्ही आमच्या इतर नातलगांबरोबर नदीकाठी काही दिवस मुक्काम करूनसुद्धा राहत असू.

नदीच्या पात्राचं दृश्य फारच आल्हाददायक वाटे. मी लहान असताना मला त्या नदीच्या भव्य-दिव्य लांब-रुंद पात्राचं नेहमीच आकर्षण वाटायचं. ती आमच्यासाठी केवळ एक नदी नव्हती. ती आम्हाला आमच्या आईसारखी वाटे. तिच्या पात्रातल्या पाण्याविषयी आमच्या मनात आदराची भावना होती. मी वयाने जशी मोठी झाले, तसं मला पाण्याचं महत्त्व समजलं आणि नद्यांमुळेच त्यांच्या काठी असलेल्या संस्कृतीचा विकास होतो, हेदेखील समजलं. पुढील आयुष्यात मी तुंगभद्रेच्या काठाकाठाने पुष्कळ प्रवास केला. तुंगभद्रा नदीच्या उगमापासून सुरुवात करून तेलंगणामध्ये ती थेट कृष्णा नदीला जाऊन मिळते, तिथपर्यंतच्या त्या प्रवासानं मला खूप काही शिकवलं. या प्रवासात मला आयुष्याचे अनेक पैलू बघायला मिळाले- इतिहास, संस्कृती आणि शेती. अगदी आजसुद्धा या नदीच्या औदार्याविषयी माझ्या मनात खूप आदर आहे.

मी या नदीच्या काठी खूप काळ घालवला आहे. त्या आठवणींमधूनच हे पुस्तक जन्माला आलं आहे. खरं तर हे पुस्तक म्हणजे या तुंगभद्रा नदीविषयी, मला वाटणारी कृतज्ञता व्यक्त करण्याचा माझा छोटासा प्रयत्न आहे.

– सुधा मूर्ती

बंगळुरू, ऑगस्ट २०२२

श्रेयनिर्देश

तरुण आणि उत्साही संपादक सिमरन कौर हिच्याबरोबर मी अनेकदा अगदी दिलखुलास गप्पा मारलेल्या आहेत आणि आमच्या त्या चर्चेमधूनच ही कथा आकारास आलेली आहे. त्याबद्दल मी तिची ऋणी आहे. त्याचबरोबर मला सोहिनी मित्रा, शालिनी अग्रवाल, समर बन्सल यांनी जे प्रोत्साहन दिलं, त्याबद्दल त्यांचे मन:पूर्वक आभार. डेव्हिड याम्बेम यांनी काढलेल्या सुंदर चित्रांबद्दल त्यांचेही मनापासून आभार.

अनुक्रमणिका

ऑनलाइन क्लासपासून जराशी सुटका

कोविड-१९ने संपूर्ण जगालाच हलवून सोडलं. अनेक लोकांच्या नोकऱ्या गेल्या. पर्यटनाच्या क्षेत्रात बाधा आली. विमान कंपन्यांचा कारभार ठप्प झाला. रेस्टॉरंट्स आणि चित्रपटगृहं सरकारी आदेशामुळे बंद करण्यात आली; पण त्याहूनही सर्वांत जास्त महत्त्वाचं म्हणजे शाळेत जाणाऱ्या मुलांवर या गोष्टीचा फार मोठा परिणाम झाला.

अगदी बालवर्गापासून वरच्या इयत्तांपर्यंतचे वर्ग ऑनलाइन पद्धतीने घेण्यास सुरुवात झाली. सुरुवातीला मुलांना या गोष्टीची खूप मजा वाटली. आता लवकर उठावं लागत नव्हतं, धावपळ करून, खूप मोठा प्रवास करून शाळेत जावं लागत नव्हतं; पण हळूहळू एक गोष्ट मुलांच्या लक्षात आली. या ऑनलाइन वर्गाचे काही तोटेसुद्धा होते. मुलांचं वर्गात लक्ष लागत नसे. काही दिवसांनी त्यांच्या डोळ्यांना त्रास होऊ लागला. कुणाकुणाचं डोकं दुखू लागलं; आणि त्याहीपेक्षा सर्वांत महत्त्वाचं म्हणजे आपल्याला कधी एकदा बाहेर खेळायला जायला मिळेल असं त्यांना वाटू लागलं.

ऑनलाइन वर्गामध्ये शिकताना मुलांना जी काही उपकरणं वापरायला लागायची, त्यावर वेगवेगळी ॲप्लिकेशन्स होती. त्या ॲप्लिकेशन्समुळे मुलांचं चित्त विचलित व्हायचं. पालकांना मुलांची काळजी वाटायची आणि मुलं दमून जायची. शाळा म्हणजे काही नुसतं वर्गामध्ये बसून शिकणं, परीक्षा देणं आणि मार्क मिळवणं नव्हे. शाळा म्हणजे आपल्याबरोबरच्या मित्रमंडळींशी खेळणं, लोकांशी संवाद साधणं, आपल्या मनातले विचार व्यक्त करणं आणि बरंच काही.

अनुष्कासुद्धा याला अपवाद नव्हती. या लॉकडाउनच्या काळात ती चौदा वर्षांची झाली होती.

लॉकडाउनच्या सुरुवातीला अनुष्काचे आई-वडील घरूनच काम करायचे.

इतर मुलांप्रमाणे तिलासुद्धा या गोष्टीची खूप मजा वाटायची. तिला कधीही काही खावंसं वाटलं की ती ते घेऊन खायची. घरच्या टीव्हीवर तिला हवे ते शोज् बघत बसायची. सुरुवातीच्या काही दिवसांत तिनं आपली खोली नीट व्यवस्थित आवरली होती. आणि आपली पुस्तकांची छोटीशी लायब्ररीसुद्धा नीटनेटकी ठेवली होती. नंतर मात्र जसजसे दिवस जाऊ लागले, तसतसा तिला या गोष्टीचासुद्धा कंटाळा येऊ लागला. अशा प्रकारे सारखं घरामध्ये बंदिस्त होऊन राहताना शरीराचा आणि मनाचासुद्धा समतोल ढळू लागला. खरं म्हणजे तिच्या अंगात कायम दुर्दम्य उत्साहाचा संचार असायचा.

पण सध्या बाहेर कुठे जाता येत नव्हतं, मित्रमंडळींना भेटता येत नव्हतं. अनुष्का जिथे राहायची त्या अपार्टमेन्ट कॉम्प्लेक्समध्ये फारशी वर्दळच नव्हती. नवा चेहरा दृष्टीससुद्धा पडत नव्हता. आता तिला फक्त आपल्या आई-वडिलांचाच काय तो सहवास मिळत होता. सुरुवातीच्या काळात या ऑनलाइन वर्गांमुळे त्या सर्वांना जगाच्या कानाकोपऱ्यातल्या कुठल्याही व्यक्तीशी संवाद साधता येत होता, हे जरी खरं असलं, तरी त्याचबरोबर आयुष्यातल्या छोट्या-छोट्या आनंदांना ही मंडळी मुकत होती.

हळूहळू या महामारीच्या नवनवीन लाटा येऊ लागल्या. आरोग्यसेवा पुरवणाऱ्या माणसांना तर रात्रंदिवस काम करावं लागत होतं. अनुष्काचे वडील डॉक्टर शेखर हे स्वतःच्या कामांमध्ये इतके गुंतलेले असायचे, की ते दिवसाकाठी केवळ काही तासांपुरतेच घरी येत असत. उषाला, अनुष्काच्या आईला एक दिवसाआड ऑफिसला जावं लागत होतं. अनुष्काला कावेरीच्या (त्यांच्या घरी कामाला येणाऱ्या बाईच्या) सोबतीनं घरीच थांबावं लागत होतं. एक वर्ष होऊन गेलं, तरी अजूनही अनुष्काचे ऑनलाइन वर्ग चालूच होते. अर्थात देशातल्या प्रत्येक राज्यात आणि प्रत्येक शहरात ही अशीच परिस्थिती होती. शाळेच्या व्यवस्थापनासमोर शाळा बंद ठेवण्यावाचून दुसरा काही पर्यायच नव्हता. अजून मुलांना लस टोचण्यात आली नव्हती; त्यामुळे हे ऑनलाइन अभ्यासवर्ग लवकर थांबतील असं काही चिन्ह दिसत नव्हतं.

काही महिने गेले आणि अनुष्काला हिवाळ्याची सुट्टी लागली. कधी एकदा या रोजच्या कंटाळवाण्या दिनक्रमातून आपण बाहेर पडतो, असं तिला झालं होतं. तिला एक कल्पना सुचली; पण त्याआधी आपल्या आई-वडिलांनी ही गोष्ट मान्य करायला पाहिजे, याची तिला कल्पना होती; त्यामुळे त्या दिवशी ती रात्रीच्या जेवणाची अगदी आतुरतेने वाट पाहत होती.

ते सर्व जण जेवायला बसले आणि तिने लगेचच आई-वडिलांसमोर तो विषय काढला. "आप्पा, अम्मा," अनुष्काने बोलायला सुरुवात केली. "आता मला लवकरच सुट्टी लागणार आहे. तुम्ही दोघंही तुमच्या कामात गुंतलेले असता; पण जरा विचार करा ना, मला घरी किती कंटाळा येईल. आम्हा मुलांना खेळायला बाहेरसुद्धा जाता येत नाही. मी नुसतीच किती वेळ घरात वाचत बसू? आणि एकटी घरात किती वेळ खेळू? मला सारखं बाहेर जावंसं वाटतं. प्लीज, मी सोमनहळ्ळीला जाऊ का? तिथे तर सगळं सेफ आहे. शिवाय मला तिकडे स्वच्छ ताज्या हवेत राहायला मिळेल आणि त्या व्हायरसबद्दलची सारखी कटकट ऐकावी लागणार नाही. शिवाय आता तिथले वायफायचे सिग्नल बरेच सुधारले आहेत, असं आजी म्हणत होती. कदाचित सगळीकडेच हे ऑनलाइन वर्ग सुरू झाले आहेत ना, त्यामुळे असेल."

आप्पा आणि अम्मा या दोघांनी एकमेकांकडे पाहिलं आणि होकारार्थी मान हलवली.

"अरे वा! ही तर फारच छान कल्पना आहे, अनुष्का. अर्थातच तू तिकडे जायलाच हवंस. तशी तू आता चांगली मोठी झाली आहेस आणि तू जबाबदारसुद्धा आहेस."

अनुष्काच्या वडिलांनी, म्हणजे डॉक्टर शेखर यांनी या बेताला लगेचच

संमती दिली, म्हणून तिला जरा नवलच वाटलं. खरं तर त्यांचं हे बोलणं ऐकून अनुष्का लगेच टाळ्या पिटत नाचायलाच लागणार होती किंवा तिने निदान एक सुटकेचा निःश्वास तरी टाकला असता; पण तेवढ्यात डॉक्टर शेखर आपला घसा साफ करून बोलू लागले–

"हे बघ अनुष्का, जाताना तू तुझा लॅपटॉप घेऊन जा; कारण तुझे शनिवारी आणि रविवारीसुद्धा क्लास असतात. शिवाय सुट्टीमध्ये तुम्हाला घरचा अभ्यासही दिलेला असतो ना? तो बुडायला नको. आणि हो, माझ्याकडे एक दुसरा फोन आहे, तोसुद्धा तू जाताना घेऊन जा; पण एकाच अटीवर हं. तो फोन तू फक्त फोटो काढायला वापरायचास आणि अगदीच काही अडीअडचणीची वेळ आली, तरच वापरायचास."

ते ऐकून अनुष्काने सुटकेचा निःश्वास टाकला.

मग तिने आपल्या आईच्या चेहऱ्याकडे पाहून तिची काय प्रतिक्रिया होते हे आजमावायचा प्रयत्न केला. तिची आई उषा हलकेच हसली आणि ती सगळ्यांच्या पानात कोशिंबीर वाढू लागली. तिच्या चेहऱ्यावरून तरी तिला फारसा आनंद झाल्यासारखा दिसत नव्हता; पण दिवसेंदिवस घरात राहून अनुष्का इतकी अस्वस्थ होत चालली होती, की त्यापेक्षा तिला गावी पाठवून दिलेलं बरं, असा विचार तिने केला असावा. अनुष्का नसली की आपल्याला घरी अजिबात करमणार नाही, याची तिला कल्पना होती. इथे घरात नुसत्या टीव्हीवरच्या बातम्या बघत बसायचं आणि कुणाचा फोन आला की त्यांच्याशी या पसरत चाललेल्या साथीविषयी बोलायचं, यापलीकडे ते दुसरं काय करणार होते? अनुष्का घरात असली की सगळं वेगळंच असायचं. अनुष्का जिथे जाईल तिथे ती आपल्याबरोबर आपला उत्साह आणि आपलं चैतन्यसुद्धा घेऊन जायची.

आपली आई काही बोलली नसली तरी ती मनातून उदास झाली आहे, ही गोष्ट अनुष्काच्या नजरेनं लगेच टिपली. ती आईला म्हणाली, "अगं आई, मी फक्त पंधरा दिवसांसाठी तर चालले आहे. कायमची नाही काही! मला सुट्टीचा काहीच अभ्यास दिलेला नाहीये. फक्त मला 'नदी' या विषयावर एक प्रोजेक्ट करायचा आहे आणि तो तर काय मी कुठूनही करू शकते. शिवाय मला सोमनहळ्ळी हे गाव किती आवडतं, हे तुला माहीत आहे." तिथलं ते कौलारू घर, घराभोवतीची भली मोठी बाग, ती वरदा नदी, आजोबांचं शेत असं सगळं चित्र तिच्या नजरेसमोर स्पष्ट उभं राहिलं.

"अम्मा, प्लीज नाही म्हणू नको ना. मला खरंच जायचंय गं." अनुष्काने आईची मनधरणी करण्यास सुरुवात केली.

"हो गं अनुष्का. तू नक्की जा. आणि हो, जाताना सणाला घालायचे चांगले

कपडेसुद्धा बरोबर घेऊन जा बरं का. तिथे समजा काही समारंभ असला, तर बरं पडेल. मला खात्री आहे, तू जेव्हा इकडे परत येशील, तेव्हा तिथून नक्कीच काहीतरी नवीन शिकून येशील.'' उषा म्हणाली.

ती अनुष्काला आणखी काहीतरी सूचना देणार इतक्यात अनुष्का घाईघाईने आपल्या खोलीकडे पळून गेली. आपल्या खोलीत येऊन तिनं तिचं सामान भरण्यास सुरुवात केली. मग तिला आठवण झाली, तिच्या आजोबांना नंजनगुडे रसबाळे-एका विशिष्ट जातीची केळी-खूप आवडायची आणि ती सोमनहळ्ळीला फारशी मिळत नसत. शिवाय त्यांना ताजी दळलेली फिल्टर कॉफीसुद्धा खूप आवडायची. तसंच तिच्या आजीला अवरेकाई (एक प्रकारचे वाटाणे) आवडायचे. ही कर्नाटकात हिवाळ्यात मिळणारी एक खास गोष्ट होती; त्यामुळे अनुष्काने लगेच या दोन्ही गोष्टी ऑनलाइन मागवल्या. खरं तर सोमनहळ्ळीला जायला निघण्यापूर्वी तिला बाजारात जाऊन हे सगळं स्वत: खरेदी करून आणणं नक्कीच आवडलं असतं; पण आता ते शक्य नव्हतं. तिच्या मनात आलं, 'आपलं आयुष्य किती झपाट्याने बदलत चाललं आहे ना? आता नुसत्या चित्रांकडे पाहून गोष्टी ऑनलाइन मागवायच्या. गोष्टींना हात लावणं, त्यांचा वास नाकात भरून घेणं, त्यांचा स्पर्श अनुभवणं हे सगळं आता हरवत चाललंय.'

गेल्या दोन वर्षांत सोमनहळ्ळीमध्येसुद्धा अनेक गोष्टी बदलल्या होत्या. महादेव आजोबांकडे बरीच वर्षं काम करायचा. त्यानं आता शिकून पदवी मिळवली होती. आजोबांनी त्याला बँकेकडून कर्ज मिळवून दिलं होतं आणि त्याला पर्यटनाचा छोटासा व्यवसाय सुरू करण्यासाठी मदतसुद्धा केली होती. आजोबांनी त्याला एक कार घेऊन दिली होती. ती तो टॅक्सी म्हणून वापरायचा. कधी कधी तो आजी-आजोबांना त्या टॅक्सीमधून फिरवून आणायचा तर कधी तो त्यांची छोटी-छोटी कामं करायला त्यांना त्या गाडीतून घेऊन जायचा. तो कधी कारमधून तर कधी व्हॅनमधून लहानशा सहलींचं आयोजन करायचा. किती लोकांचा ग्रूप असेल त्यावर ते ठरायचं. तो त्या पर्यटकांना उत्तर कर्नाटकातल्या प्रेक्षणीय स्थळांना भेटी द्यायला घेऊन जायचा. कधी त्यांना सह्याद्रीच्या पर्वतरांगांमध्येसुद्धा फिरवून आणायचा. त्याचं बोलणं आणि वागणं अत्यंत गोड आणि नम्र होतं; त्यामुळे त्या परिसरातल्या लोकांना तो खूप आवडायचा.

अनुष्काच्या आजी-आजोबांची महादेववर पूर्ण भिस्त होती. महादेव खरंच खूप प्रामाणिक होता. आजी-आजोबांच्या कनवाळूपणाबद्दल त्याला नेहमीच कृतज्ञता वाटत असे. आजी-आजोबांसाठी जे काही शक्य असेल ते तो करत असे. तो त्यांना किरकोळ खरेदीसाठी घेऊन जायचा. कधी कधी त्यांना जवळपास छोट्याशा सहलीलासुद्धा घेऊन जायचा, कधी घरून शेतावर घेऊन जायचा, तसंच शेतावरून

परत घरी आणून सोडायचा. तो त्यांना त्यांचं वाणसामान आणून द्यायचा. कधी कधी त्यांची बँकेची छोटी-मोठी कामंसुद्धा करायचा. अनुष्काला आपल्या आई-वडिलांकडून आजी-आजोबांकडे जाण्याची परवानगी मिळताच तिने लगेच आपल्या आजीला फोन केला. मग महादेवनंच बंगळुरूला येऊन तिला गावी घेऊन जायचं, असं ठरलं. आपण कधी एकदा आपल्या आजी-आजोबांना भेटतो, असं अनुष्काला झालं होतं.

✿

दुसऱ्याच दिवशी महादेव अनुष्काला घेऊन जाण्यासाठी कारने बंगळुरूला येऊन पोहोचला. निघण्यापूर्वी अनुष्काने आपल्या आई-वडिलांना एकदा घट्ट मिठी मारली आणि मग ती गाडीत जाऊन बसली. तिचा सोमनहळ्ळीचा प्रवास सुरू झाला. सकाळची वेळ होती त्यामुळे हवा अजून गारच होती.

"तू इकडे आलास, तेव्हा रस्त्यात रहदारी कितपत होती?" अनुष्काने महादेवला विचारलं. नेहमी गर्दीने भरलेले बंगळुरूचे रस्ते आज मात्र खूपच शांत होते.

महादेव हसून म्हणाला, "कोविडमुळे कुठेच फारशी रहदारी नाही. अगदी हायवेवरसुद्धा गर्दी नसते. शिवाय अजून तशी सकाळचीच वेळ आहे. कदाचित त्यामुळेसुद्धा आत्ता इथे इतकं शांत असेल."

"महादेव, तुझं काम कसं चाललंय?"

महादेव म्हणाला, "खरं सांगू का? काम काही सध्या ठीक चाललेलं नाही. लोक प्रवास करायला जरा बिचकत आहेत. सध्या केवळ तुझ्या आजी-आजोबांची मला मदत आहे; म्हणूनच माझं कसंबसं भागतंय."

ते ऐकून अनुष्काने स्मित केलं. तिला आपल्या आजी-आजोबांविषयी खूप कृतज्ञता वाटली. आपल्या आयुष्याला काहीतरी अर्थ असला पाहिजे, असं त्यांनी तिला शिकवलं होतं; पण नुसतं शब्दांमधून नव्हे, तर आपल्या स्वतःच्या वागण्यामधून त्यांनी तिला हे दाखवून दिलं होतं.

"महादेव, तुला आठवतं? मी एकदा बंगळूरूहून हवेरीला ट्रेनमध्ये बसून एकटी गेले होते. माझ्या अप्पांना तेव्हा माझी खूप काळजी वाटत होती; पण मला मात्र खूप मजा आली. आपण ट्रेनमध्ये नेमकं कुठे चढायचं आणि कुठे उतरायचं हे मला व्यवस्थित माहीत होतं. त्या वेळी मला एकीकडे स्वातंत्र्य मिळाल्याचा आनंदपण वाटत होता, तर दुसरीकडे आपण एकटे आहोत, एवढी जबाबदारी आपल्या अंगावर आहे, याची जरा भीतीसुद्धा वाटत होती; पण तो प्रवास केल्यानंतर माझा आत्मविश्वास मात्र खूप वाढला. कधी कधी मला वाटतं, तुझ्यासारखं मीसुद्धा एकटीने कार ड्राइव्ह करत सगळीकडे फिरायला हवं. या

वेळी तू मला गाडी चालवायला शिकवशील ना?''

''छे, अजिबात नाही हं अनुष्का! तू आत्ता कुठे चौदा वर्षांची झाली आहेस. कार चालवायला शिकायचं असेल तर कमीत कमी अठरा वर्षांचं तरी असावं लागतं असा कायदा आहे, हे तुला माहीत आहे ना?'' महादेव ठामपणे म्हणाला.

अनुष्का खुदूकन हसली. इतक्या दिवसांनंतर आपल्याला एकदाचं घराच्या बाहेर पडायला मिळालं, याचाच तिला खूप आनंद झाला होता. इतकंच नव्हे, तर ती आता तिच्या आजी-आजोबांनासुद्धा भेटणार होती.

''ती बघ! ती तुंगभद्रा नदी आहे ना?'' अनुष्का म्हणाली. त्यांची कार जेव्हा हरिहरजवळ त्या नदीचं पात्र ओलांडून पलीकडे जाऊ लागली, तेव्हा अनुष्का उत्साहाने उद्‌गारली. ''मला ना, एकदा तरी या नदीच्या उगमापासून निघून तिच्या काठाकाठाने सगळीकडे प्रवास करायचा आहे. अगदी ती नदी जिकडे जाईल तिकडे तिच्याबरोबर जायचंय. तसं मला गूगलवर ती नदी कुठून आणि कशी वाहते, याचा सगळा तपशील मिळेल. शिवाय माझ्या शाळेच्या ॲटलासमध्ये मला ते सगळं बघतासुद्धा येईल; पण तरीसुद्धा प्रत्यक्ष निसर्गामध्ये जाणं, तिथले स्पर्श, आवाज, वास या सगळ्याचा प्रत्यक्ष अनुभव घेणं हे काही वेगळंच असेल, नाही का? मला ना निसर्गामध्ये भटकंती करायला खूप आवडते.''

''हो हो. फारच छान कल्पना आहे ही! मी जेव्हा प्रवाशांना माझ्या गाडीत बसून फिरायला नेतो ना, तेव्हा मला या तुंगभद्रा नदीच्या काठावरची वेगवेगळी ठिकाणं बघायला मिळतात. हीच नदी होस्पेटमधून जाते. तिथे या नदीवर एक धरणही बांधलेलं आहे. त्यानंतर ही नदी हम्पीमधून पुढे जाते. हे ठिकाण तर पर्यटकांमध्ये खूपच प्रसिद्ध आहे. तिथून पुढे ही नदी आंध्रप्रदेशात आणि तेलंगणामध्ये जाते. अखेर ती कृष्णा नदीला जाऊन मिळते.'' महादेव म्हणाला.

''हो हो, महादेव. आणि वरदा नदी पुढे जाऊन गलगनाथपाशी तुंगभद्रेला मिळते. आजोबांनीच मला एकदा हे सांगितलं होतं. सोमनहळ्ळी गलगनाथच्या अगदी जवळ आहे. कदाचित आपल्याला या वेळी तिथे जाता येईल; पण खरंच, महादेव, तू किती लकी आहेस रे! तुला तुझ्या कामानिमित्त सगळीकडे जायला मिळतं.'' अनुष्का म्हणाली.

अखेर तीन तासांच्या दीर्घ प्रवासानंतर ते सोमनहळ्ळीपाशी येऊन पोहोचले. अनुष्काला ते गाव काही पूर्वीइतकं चैतन्याने सळसळलेलं वाटेना. तिथले रस्ते रिकामे होते. रस्त्यावर मुलं खेळत नव्हती. वडीलधारी माणसं कट्ट्यावर बसून एकत्र चहा पीत, गप्पा मारत नव्हती. बऱ्याचशा दुकानांचीसुद्धा एकच फळी उघडी होती. सगळीकडे एक प्रकारची थंड, सुस्त अशी शांतता पसरली होती. कोविड ज्या वेगाने सगळीकडे पसरला होता, त्याचं अनुष्काला नवल वाटलं.

इतकंच काय, पण सोमनहळ्ळीसारख्या इतक्या शांत गावातसुद्धा कोविडचं एवढं सावट पसरलेलं आहे, हे पाहून तिला धक्काच बसला; पण घरी मात्र आजोबा आणि आजी अनुष्काची उत्सुकतेने वाट पाहत होते. आजी तिला जवळ घेऊन म्हणाली, “अनुष्का, तू इथे आलीस, हे किती छान झालं. आम्हालासुद्धा तेवढाच बदल. गेल्या दीड वर्षात आम्ही दोघं कुठेही गेलेलो नाही. घरी कोणी पाहुणे आले नाहीत. काही कार्य नाही, समारंभ नाही, प्रवास नाही. आणि हो, काही सणवार किंवा उत्सवसुद्धा नाहीत गं. आम्हा दोघांना प्रवास करून तिकडे तुमच्याइथे शहरात येण्याची इतकी भीती वाटत होती म्हणून सांगू? तू इथे आलीस आणि जसं काही भर उन्हाळ्यामध्ये पावसाचा शिडकावाच झाल्यासारखं वाटलं बघ.”

“आजी, तू तर एकदम कविताच करायला लागलीस की.” अनुष्का खुदुखुदू हसत म्हणाली. आपण इकडे आल्यामुळे आपल्या आजी-आजोबांच्या उत्साहाला नुसतं उधाण आलेलं आहे, हे तिच्या लक्षात आलं. खरं तर ती अगदी ऐन वेळेला ठरवून इकडे निघून आली होती; तरीसुद्धा तिच्या आजीने तिच्या आवडीचे कितीतरी पदार्थ केले होते. त्या सर्वांनी मिळून भरपेट नाश्ता केला आणि मग अनुष्काने एक डुलकी काढली.

अनुष्का अजूनही अंथरुणात लोळतच पडली होती; इतक्यात तिला बाहेरून आजी कोणाशीतरी बोलत असल्याचा आवाज आला; पण बाहेर जे कोणी लोक आले होते, त्यांचा आवाज मात्र तिच्या ओळखीचा नव्हता. मग तिने आपल्या

खोलीच्या खिडकीतून बाहेर डोकावून पाहिलं. बाहेर भल्या मोठ्या दिवाणखान्याच्या पार पलीकडच्या टोकाला दोघं जण बसून चहा पीत होते. ते दोघं तिच्या आजी-आजोबांपासून चांगलं पंधरा फुटांचं अंतर ठेवून बसले होते. अनुष्का बाहेर जाऊन आपल्या आजीच्या शेजारी बसली. जेवणाचा बेत काय असावा, या विषयावर त्या सर्वांची चर्चा चालू होती. ती चर्चा नेमकी कुठल्या संदर्भात चालू होती, हे काही अनुष्काला कळलं नाही; पण तरीसुद्धा जेवणाचा बेत काय असावा, हा अनुष्काच्या आवडीचा विषय होता. अखेर सगळं काही व्यवस्थित ठरल्यावर ती माणसं जाण्यासाठी उठली, तेव्हा आजोबांनी त्यांना त्यांची व्हॅक्सिनेशनची सर्टिफिकेट्स बरोबर घेऊन जाण्याची आठवण केली.

✿

संध्याकाळ सरत चालली होती. वातावरण फार प्रसन्न होतं. ती पौर्णिमा होती. स्वच्छ, प्रखर चांदणं पडलं होतं.

अनुष्का थक्क होऊन आभाळाकडे पाहत म्हणाली, "आजी, आज आपण रात्रीचं जेवण बाहेर अंगणात किंवा गच्चीवर करायचं का गं? बाहेर किती छान वाटतंय. मला ना बाहेर बसून जेवायला खूप आवडतं. मी मेधाला आणि आनंदलासुद्धा हाक मारते. आणि हो, अमित इकडे आलाय का गं?"

अनुष्काला बोलताना नुसती घाई झाली. तिला सोमनहळ्ळीमधल्या आपल्या जुन्या मित्र-मैत्रिणींची आठवण झाली.

"नाही गं, सध्या इथे कुणीच नाहीये." आजी म्हणाली. त्यामुळे अनुष्काच्या उत्साहाच्या फुग्यातली एकदम हवाच गेली.

"या कोविडमुळे अमितला दिल्लीहून इकडे येता आलं नाही आणि शंकरची, म्हणजे आनंदच्या बाबांची नुकतीच म्हैसूरला बदली झाली आहे; त्यामुळे ते सगळे आता तिकडेच गेलेत. मेधाला घरात खूप कंटाळा आला होता, म्हणून ती काही दिवसांसाठी आपल्या बहिणीकडे गेली आहे. तिच्याबरोबर सरसू आजीसुद्धा गेली आहे."

"म्हणजे इथेसुद्धा आता मी एकटीच असणार का?" अनुष्का स्वतःशीच म्हणाली. ती आजीबरोबर घरात शिरली.

अनुष्काचा चेहरा असा अचानक उदास दिसू लागल्याचं पाहून त्याचं कारण आजीच्या लक्षात आलं. मग तिने अनुष्काला खूश करण्याचा प्रयत्न केला.

"बेटा, तू काही काळजी करू नको. मी आणि आजोबा तर आहोत ना? आणि तू इकडे आल्यावर आपण काय काय करायचं, ते आम्ही ठरवून ठेवलं आहे. उद्या सकाळीच आपण सगळे बाळेपुराला जायला निघणार आहोत."

"बाळेपुरा हे काय आहे? आणि ते कुठे आहे? आपण सगळे तिकडे

कशासाठी चाललो आहोत?'' आता मात्र अनुष्काची उत्सुकता चाळवली गेली होती.

''अनुष्का, अगं हो हो. जरा सावकाश. एवढी घाई करू नको. तिथे आपण सगळेजण सहस्र पूर्णचंद्रदर्शनाच्या सोहळ्याला जाणार आहोत.'' आजी म्हणाली.

''हा काहीतरी नवीनच शब्द दिसतोय आजी. हो ना?'' अनुष्का म्हणाली. ''मी तर याआधी कधीच हा शब्द ऐकलेला नाही आणि याचा उच्चार करायला चांगलाच कठीण आहे की!''

''मी तुला ते सगळं नीट समजावून सांगेन; पण तू आधी मला एक गोष्ट सांग. एका वर्षामध्ये पौर्णिमा किती वेळा येते?'' आजीनेच अनुष्काला कोडं घातलं.

अनुष्का जराशी वैतागून म्हणाली, ''फक्त बारा.''

''मग मला असं सांग, अशा एक हजार पौर्णिमा मोजायच्या असतील तर त्यासाठी किती वर्षं जावी लागतील बरं?'' आजीने अनुष्काला विचारलं.

अनुष्काने मनातल्या मनात हिशोब केला. ''म्हणजे झाली त्र्याऐंशी वर्षं आणि चार महिने.'' ती म्हणाली.

''अगदी बरोबर आहे अनुष्का. माझा चुलत भाऊ गोपाल आहे ना, तो आता त्र्याऐंशी वर्षं आणि चार महिन्यांचा होणार आहे. त्यामुळे आता त्याचा सहस्र पूर्णचंद्रदर्शनाचा सोहळा करायचा आहे आणि पूर्णचंद्रदर्शन म्हणजे पौर्णिमेच्या चंद्राचं दर्शन घेणं.'' आजोबांनी अनुष्काला समजावून सांगितलं. ते कुणाच्याही नकळत तिथे दिवाणखान्यात आले होते आणि आजीचं आणि अनुष्काचं संभाषण ऐकत उभे होते.

''एखाद्या माणसाच्या जन्मापासून जर आपण मोजायला सुरुवात केली तर त्या माणसाने एक हजार पौर्णिमेच्या चंद्रांचं दर्शन घेतल्याच्या दिवसाचा सोहळा साजरा करणं ही आपल्या भारतीयांची प्रथा आहे बरं का. खरं सांगायचं, तर या वयापर्यंत तब्येत धडधाकट असणारे आणि डोकं शाबूत असणारे फारच कमी लोक असतात. त्यामुळे दीर्घायुष्य, जोम आणि चैतन्य हे सर्वकाही एकत्र साजरा करण्याचा हा सोहळा असतो. छानच आहे ना हा?''

''पण यांना याआधी कधी भेटल्याचं मला आठवत नाहीये.'' अनुष्का म्हणाली.

''ते खरंच आहे. तू आजपर्यंत त्यांना कधीच भेटलेली नाहीस; पण तसं बघायला गेलं, तर तू अजून आपल्या कुटुंबातल्या कितीतरी लोकांना भेटलेलीच नाहीस. पूर्वीच्या काळी सगळे एकमेकांच्या जवळ राहायचे आणि एकमेकांना सारखे भेटायचे; पण आता शिक्षणाच्या, नोकरीच्या निमित्ताने लोक आपल्या

जन्मगावापासून दूर जाऊन राहतात. मी स्वतःसुद्धा माझ्या कुटुंबातल्या कितीतरी लोकांना अजून भेटलेलोच नाहीये.'' आजोबा एक सुस्कारा सोडून म्हणाले.

''पण मग तुम्ही जर सोमनहळ्ळीमध्ये राहता, तर मग ते सगळे मात्र बाळेपुरात का बरं राहतात?'' अनुष्काने विचारलं. इतके दिवस तिची अशी कल्पना होती, की तिचे सगळेच्या सगळे नातेवाईक फक्त सोमनहळ्ळीतच राहतात.

''बेटा, आम्ही गेल्या चार पिढ्यांपासून इथे या सोमनहळ्ळीमध्येच राहत आहोत. कदाचित त्याहूनही जास्त काळ राहत असू; पण आमचे पूर्वज मात्र बाळेपुराचेच होते. आता या सोमनहळ्ळीचा आणि बाळेपुराचा एकमेकांशी काय संबंध आहे, ते काही मला ठाऊक नाही. काही वेगवेगळ्या कारणांनी हे सर्व लोक तिकडून इकडे आले असतील; पण आमच्या घराण्यातल्या सर्वच लोकांनी एक प्रथा मात्र पाळलेली आहे, आम्ही सर्वांनी बाळेपुराला जाऊन तिथली पूजा करायची, असा नियमच आहे. या वर्षी यशोदा-कृष्ण रथयात्रेच्या उत्सवाच्या दोन दिवस आधी गोपालच्या सहस्र पूर्णचंद्रदर्शनाचा सोहळा असणार आहे.''

अनुष्काने गोंधळून जाऊन आजीकडे पाहिलं. मग आजीने तिला समजावून सांगितलं.

''अनुष्का, अगं, कदाचित सगळ्या कुटुंबीयांनी कधीतरी एकत्र यावं, म्हणूनसुद्धा ही प्रथा मुद्दाम पाडण्यात आली असेल. आमची सगळी भावंडं बाळेपुरात राहतात; त्यामुळेच त्या सर्वांना एकत्र आणण्यासाठी कदाचित ही प्रथा सुरू करण्यात आली असेल. गेल्या कित्येक पिढ्यांपासून ही प्रथा अशीच चालत आलेली आहे.''

''आणि हा यशोदा-कृष्ण रथयात्रेचा उत्सव म्हणजे नक्की काय गं?'' अनुष्काने विचारलं.

''अगं, तिथे एक खूप जुना लाकडाचा रथ आहे. आपण कन्नडमध्ये त्याला 'तेरू' असं म्हणतो. संस्कृतमध्ये त्याला रथ असंच म्हणतात. आधी यशोदा आणि कृष्ण यांची एक खूप मोठी पूजा करण्यात येते. त्यानंतर त्या दोघांच्या मूर्ती त्या मोठ्या रथामध्ये ठेवण्यात येतात. मग तो रथ गावच्या मुख्य रस्त्यावरून चालवण्यात येतो. बाळेपूरमधून, तसंच आजूबाजूच्या गावांमधले लोक हा उत्सव पाहण्यासाठी मुद्दाम येतात. जमलेल्या सर्व लोकांना जेवण देण्यात येतं. त्याला अन्नदान असं म्हणतात. या खेपेला गोपाल त्याच्या सहस्र पूर्णचंद्रदर्शनाचा सोहळा या रथोत्सवाच्या सोबतच साजरा करतो आहे, ही किती भाग्याची गोष्ट आहे. या रथयात्रेचा उत्सव पाच वर्षांतून एकदा येतो. प्रत्येक कुटुंबातल्या किमान एका तरी व्यक्तीने त्याला उपस्थित राहायचं असतं. प्रत्येक जण आपापल्या

परीने काही ना काही तरी काम करतच असतो. आपल्या कुटुंबाकडून गोरगरिबांना कपड्यांचं वाटप करण्यात येतं. तसा जवळपास अलिखित नियमच आहे म्हण ना.'' आजोबा म्हणाले.

''पण आजोबा, जेव्हा बाहेरगावाहून या रथयात्रेसाठी लोक येतात, तेव्हा ते कुठे राहतात?'' अनुष्का जरा काळजीने म्हणाली.

''त्या बाहेरगावाहून आलेल्या लोकांच्या निवासाची आणि भोजनाची व्यवस्था गावकऱ्यांकडून करण्यात येते. साधारणपणे तीन ते पाच दिवसांसाठी आम्हा सर्वांना ही व्यवस्था करावी लागते.'' आजोबा म्हणाले. ''शिवाय त्यातल्या काही लोकांचे या गावात नातेवाईकसुद्धा असतात. हा रथोत्सव काही एकाच घरापुरता मर्यादित नसतो. तो गावातल्या सर्वांचा उत्सव असतो. या उत्सवाच्या आधी गावातल्या प्रत्येक घराची साफसफाई करण्यात येते, घराघरांच्या भिंतींना रंगसफेती करण्यात येते, घरांची सजावट करण्यात येते. प्रत्येक कुटुंबाला आपल्याकडे जास्तीत जास्त पाहुणे येऊन राहावेत असं वाटत असतं. रस्त्यांची देखील झाडून साफसफाई करण्यात येते. रस्त्यांवर केळीच्या पानांची, नारळाच्या झावळ्यांची, आंब्याच्या पानांची आणि फुलांची सजावट करण्यात येते. हे काम करण्यासाठी गावातला प्रत्येक जण आपण होऊन पुढे येतो. या वर्षी हा सगळा खर्च आपल्या कुटुंबाकडून करण्यात येणार आहे. गेल्या वर्षी हा सगळा खर्च माझ्या न्यूझीलंडहून आलेल्या चुलत भावाने केला होता. आपलं कुटुंब तसं छोटंसं आहे; त्यामुळे आपल्यावर वेळ आली, की तो सगळा खर्च मीच करतो.''

''पण मला अप्पांनी याविषयी कधी काही सांगितल्याचं आठवत नाही. त्यांनी हा उत्सव कधी पाहिलेला नाहीये का?'' अनुष्का म्हणाली.

''तो दहा वर्षांचा असताना एकदा आमच्याबरोबर तिकडे आला होता. त्या वेळी या उत्सवाची जबाबदारी आपल्याकडेच होती; पण कदाचित त्याला आता हे आठवत नसेल. आता पस्तीस वर्षांनंतर परत एकदा आपल्या कुटुंबावरच ही जबाबदारी आलेली आहे.'' आजोबा म्हणाले.

अनुष्काला सगळं काही समजलं. ''अच्छा, म्हणजे ती दोन माणसं आपल्या घरी आलेली असताना तुम्ही सगळे ज्या जेवणाच्या बेताची चर्चा करत होता, ती चर्चा या अन्नदानाची तयारी कशी करायची याविषयीच होती तर?'' ती म्हणाली.

''हो. आम्ही हवेरीहून दोन स्वयंपाकी आणणार आहोत. उद्या ते इथून सगळं वाणसामान बरोबर घेऊन निघतील. आपण सर्व जण आठवडाभर गोपालकडेच राहणार आहोत आणि आपण तिथे त्याच्या सहस्र पूर्णचंद्रदर्शनाच्या सोहळ्यासाठी-सुद्धा उपस्थित राहणार आहोत. आपण या संपूर्ण कार्यक्रमात सर्व वेळ सोशल डिस्टन्सिंग पाळणारच आहोत आणि आपण आपल्या सोबत आपली व्हॅक्सिनेशनची

सर्टिफिकेट्ससुद्धा घेऊन जाणार आहोत. मला वाटतं, या वेळी प्रवासावर बरेच निर्बंध घालण्यात आले असल्यामुळे फार जास्त माणसं येणार नाहीत.'' आजोबा म्हणाले. मग त्या तिघांनी अनुष्काचा हट्ट पुरवण्यासाठी घरातून एक चटई बाहेरच्या अंगणात आणली. बाहेर मंद वारा सुटला होता. सर्व जण जेवायला बसले, तेव्हा आजी खिन्नपणे म्हणाली, ''पाच वर्षांपूर्वी जसं होतं तसं काही या वेळी असणार नाही.''

''पाच वर्षांपूर्वी सगळं कसं असायचं गं आजी?''

अनुष्काला आता सर्व काही तपशीलवार समजून घेण्याची इच्छा निर्माण झाली होती आणि आजीलासुद्धा तिला सगळं काही नीट समजावून सांगायचं होतं.

''अगं, तेव्हा तिकडे इतके लोक जमलेले असायचे. केवढा मोठा उत्सव असायचा, नाच-गाणी असायची, संगीत असायचं. वेगवेगळ्या ठिकाणांहून खूप लोक यायचे. मलेनाडूच्या निसर्गसौंदर्याचा आस्वाद घेण्यासाठी सगळे तिकडे यायचे.''

''आजी, किती गं हे नवीन शब्द?''

अनुष्काचे उद्‌गार ऐकून आजी आणि आजोबांना हसू फुटलं.

''हे बघ, काळजी करू नको. मी तुला सगळं काही समजावून सांगेन. मलेनाडू हा पश्चिम घाटावरचा पर्वतरांगांच्या उतारावरचा एक प्रदेश आहे. तुंगा नदी याच भागातून वाहते आणि तिथलं दृश्य नितांत रमणीय आहे.'' आजी म्हणाली.

''अनुष्का, तुला ते सगळं खूप आवडेल. आपण तिथे परंपरागत मलेनाडू घरामध्ये राहू. तिथं अक्षरशः देवाचं पृथ्वीवर नंदनवन असावं, असंच वातावरण आहे. नारळी-पोफळीच्या बागा, केळीच्या बागा.'' आजोबा म्हणाले.

इतक्यात रस्त्यावरून एक कार जोरात येऊन घराच्या मुख्य फाटकासमोर थांबली. कारमध्ये महादेवच होता.

''महादेव, तू बाळेपुराला गेला होतास की काय?'' अनुष्का म्हणाली.

तो तिच्याकडेच चालत येत होता. ''कुद्रेमुख, गंगामूला आणि आजूबाजूच्या परिसरातलं अभयारण्य पाहण्यासाठी लोक येतात, तेव्हा आम्ही त्यांना बाळेपुरामध्ये गोपालरावांच्या घरी घेऊन जातो. गोपालराव आणि त्यांचे कुटुंबीय फार चांगले आहेत. खरं तर ते इतके वयस्कर आहेत; पण ते सर्वांची अगदी छान सोय करतात.'' महादेव म्हणाला.

आता अनुष्काला त्या बाळेपुराला भेट देण्याच्या कल्पनेने फारच मजा वाटत होती.

तेवढ्यात महादेव फळांनी भरलेल्या टोपल्या गाडीतून बाहेर काढून ठेवू लागलेला पाहून आजी त्याला म्हणाली, "अरे महादेव, संत्री आणि रसबाळे तेवढे गाडीतच राहू देत बरं का. ते नको बाहेर काढू. ते आपण बाळेपुराला घेऊन जाऊ."

ते ऐकून अनुष्काला हसू फुटलं. "आजी, अगं कन्नडमध्ये केळ्यांना बाळे असं म्हणतात ना? म्हणजे बाळेपुरामध्ये खूप केळी असली पाहिजेत. तिकडे बरीच केळी पिकत असणार. मग आपण इथून केळी कशासाठी घेऊन जायची?"

"अगं, या केळ्यांची जात सगळीकडे पिकत नाही. बाळेपुरामध्ये बरीच केळी पिकतात हे जरी खरं असलं, तरी रसबाळे ही फारशी कुठे उपलब्ध नसणारी जात आहे ना? आणि अनुष्का, एक गोष्ट विसरू नको, ती म्हणजे, नंजनगुडे रसबाळ्यांवर जी-आयचा टॅग आहे." आजोबा म्हणाले.

"जी-आय टॅग? म्हणजे काय?" अनुष्का म्हणाली. ती घरात शिरता-शिरता जांभया देऊ लागली होती.

"ते मी तुला उद्या समजावून सांगीन. हां, पण आता तुझी झोपायची वेळ झाली आहे, बरं का. उद्या सकाळी आपल्याला लवकर उठून तयार व्हायचं आहे." असं म्हणत आजीने दिवे मालवले.

बाळेपुराचा प्रवास

दुसऱ्या दिवशी भल्या पहाटे आजी-आजोबा, अनुष्का आणि महादेव बाळेपुराला जायला निघाले. सामानसुमानाने आणि वाणसामानाने भरलेली व्हॅन त्यांच्या कारच्या मागोमाग निघाली. हवेरीपाशी येताच दोन आचारी त्या व्हॅनमध्ये चढून बसले.

अजून पहाटच होती. झाडाझुडपांवर दवाचे थेंब पडले होते. सगळीकडे धुकं पसरलं होतं. टिप् टिप् टिप्... पानांवरून अलगद खाली पडणाऱ्या त्या थेंबांच्या आवाजाचं मधुर संगीत अनुष्काच्या कानांना सुखावून जात होतं. बाहेर दिसणारं दृश्य बघण्यात ती रमून गेली होती. नजर ठरेल तिथपर्यंत सपाट जमीन पसरली होती. वाटेत दोन्ही बाजूंना उसाची, ज्वारीची आणि मक्याची शेतं होती.

मधूनच जराशी मोठी शेतं दिसायची. त्यामध्ये वांगी, मेथी आणि हरभऱ्याचं पीक दिसत होतं. अचानक हिरव्यागार गवतामध्ये तिला लाल रंगाचं काहीतरी चमकताना दिसलं

"ते लाल रंगाचं काय चमकतय गं आजी?" त्यांची गाडी शेतावरून पुढे जात असताना त्या लाल रंगाच्या गोष्टीकडे बोट दाखवत अनुष्का म्हणाली,

"अगं, ती ब्याडगी मिरची आहे. त्या मिरच्या रंगाने इतक्या लालचुटूक दिसतात ना? पण त्या अजिबात तिखट नसतात बरं का!"

अनुष्काने आजपर्यंत अशा मिरच्या कधीच पाहिल्या नव्हत्या. सुरकुतलेल्या, टोकदार आणि लालबुंद रंगाच्या!

"अनुष्का, या ब्याडगी मिरच्यांनासुद्धा जी.आय. टॅग असतो बरं का!" आजोबा म्हणाले.

आता त्यांची गाडी तुंगभद्रा नदी पार करून पुढे निघाली होती. नदीचं पात्र विस्तीर्ण होतं आणि त्यातून खळाळत्या पाण्याचा प्रवाह जोरात वाहत होता.

त्यांच्या गाडीने हरिहर पार केलं आणि नंतर गाडी उजवीकडे वळली. आता रस्त्याच्या कडेला असणाऱ्या शेतातली पिकं वेगळीच दिसत होती. अनुष्कानं खिडकीतून बाहेर पाहिलं, तर समोरच्या एका शेतामध्ये नाचणीची आणि पावट्याच्या शेंगांची लागवड करण्यात आली होती.

अचानक अनुष्काला आजोबांच्या शब्दाची आठवण झाली.

"आजोबा, काल तुम्ही जी.आय. टॅगविषयी काहीतरी बोलत होता ना? काय असतं ते?"

"अगं, जी.आय. टॅगचा अर्थ जिओग्राफिकल इंडिकेशन, म्हणजे कुठलं पीक कुठल्या भौगोलिक प्रदेशांमध्ये उगवतं किंवा त्याचं मूळ स्थान कुठलं आहे, याविषयीची माहिती त्या टॅगमध्ये दिलेली असते. उदाहरणार्थ, नंजनगुड हे कपिला नदीच्या काठी असणारं एक छोटंसं गाव आहे. तिथली माती एका खास प्रकारची आहे. त्यामुळे त्या मातीतून उगवलेली केळी अत्यंत गोड असतात; म्हणून तर त्याला 'नंजनगुड रसबाळे' असं म्हणतात. उडुपीच्या जवळ जी वांगी पिकतात त्यांना 'गुळ्ळा' असं म्हणतात. ही वांगी जरा पांढुरकी, हिरवट अशी

असतात आणि ती फक्त याच ठिकाणी पिकतात. अशाच प्रकारे ब्याडगी मिरचीलासुद्धा हा जी.आय. टॅग असतो. या मिरचीचं पीक जर दुसऱ्या प्रदेशात घेतलं, तर त्याला मात्र तो टॅग असणार नाही. थोडक्यात सांगायचं झालं, तर जी.आय. टॅग हा त्या पिकाच्या शेतीविषयक वारशाचं जतन करतो.''

''अरे वा! हे तर फारच इन्टरेस्टिंग आहे.'' अनुष्का म्हणाली.

''पण तुला एक गोष्ट माहीत आहे का? भारतातल्या कुठल्या राज्यात जास्तीत जास्त जी.आय टॅग्ज आहेत, सांग बरं.''

''छे! ते मला नाही माहीत. हे सगळं मला खूप नवीन आहे.'' अनुष्का म्हणाली.

''नक्कीच कर्नाटक असणार.'' आजी म्हणाली.

''पण आजी, हे तुला कसं काय माहीत?''

''कारण अगं, आपल्या राज्यातली जमीन खूप सुपीक आहे. आपलं हे कर्नाटक राज्यसुद्धा खूप जुनं आहे ना!'' आजी म्हणाली.

''आजीचं कर्नाटकावर इतकं प्रेम आहे, की त्याला काही तोडच नाही.'' अनुष्का म्हणाली.

''पण अनुष्का, आजीचं हे उत्तर मात्र बरोबर आहे बरं का!'' आजोबा म्हणाले.

थोड्याच वेळात त्यांना एक जमिनीचा हिरवा पट्टा लागला. त्यावर वेगवेगळ्या प्रकारची उंच उंच झाडं दिसत होती, सागवानाची झाडं, केळीची झाडं आणि अशीच आणखी कितीतरी वेगवेगळ्या प्रकारची झाडं. भाताची रोपं वाऱ्याच्या मंद लहरींवर डुलत होती. बरंच अंतर पार केल्यावर त्यांनी वाटेत विश्रांतीसाठी कुठेतरी थांबायचं ठरवलं. त्यांना जवळच एक चहाचं खोपटं दिसलं. तिथे ते जरा वेळ थांबले. त्यांच्या मागोमाग येणारी व्हॅनसुद्धा तिथे थांबली. तिथे त्यांनी नाश्ता करायचं ठरवलं. ते दुकान तसं नीटनेटकं होतं. दुकानाच्या मालकाने त्यांचं हसून स्वागत केलं. अनुष्कानं त्याच्याकडे बोर्नव्हिटाची मागणी केली. आजीने स्वतःसाठी कषाय तर आजोबांसाठी, महादेवसाठी आणि त्या दोन आचाऱ्यांसाठी चहा मागवला.

''इथे बोर्नव्हिटा मिळत नाही. फक्त चहा, कॉफी आणि कषाय एवढंच मिळतं. आणि हो, तुम्ही आमच्या घरगुती पापडांची नक्कीच चव घेऊन बघा बरं का! तुम्ही ते एकदा खाल्ले की तुम्हाला ते इतके आवडतील, की तुम्ही आणखी मागाल.'' दुकानदार हसून म्हणाला.

''हो हो. मला साबुदाण्याच्या पापड्या हव्यात.'' अनुष्का मोठ्याने म्हणाली.

''आमच्याकडे साबुदाण्याच्या पापड्या नाहीत; पण आमच्याकडे फणसाचे

पापड आहेत. ते तुला नक्की आवडतील. शिवाय आमचं कषाय आहे, ते तू पिऊन बघ. तुला ते नक्की आवडेल. ते फार छान असतं बरं का. चवीलासुद्धा आणि आरोग्यालासुद्धा ते चांगलं असतं. आमच्या इथल्या दुधाची चव फार छान आहे. इतरत्र कुठेही इतकं स्वादिष्ट दूध तुला मिळणार नाही.''

दुकानदार आता स्वत:च्या मालाची तारीफ करत सुटला होता.

''एवढं काय खास आहे त्यात?'' अनुष्काने विचारलं.

''इथल्या गाई आहेत ना, त्यांना 'मलेनाडू गिड्डा' असं म्हणतात. त्या फार खास आहेत बरं का. या आमच्या इथल्या प्रदेशाचं ते वैशिष्ट्य आहे. हे दूध तू एकदा पिऊनच बघ. तुला त्याची चव फार आवडेल. तुमच्या शहरांमध्ये जसं दूध मिळतं ना, त्यापेक्षा हे दूध खूपच वेगळं लागतं.'' अनुष्काला ती कल्पना पसंत पडली. ती म्हणाली, ''ठीक आहे. मी चव घेऊन बघते.''

दुकानदार जरा वेळात हसतमुखाने कषाय घेऊन आला. त्याचबरोबर त्याने आणखी एक कपसुद्धा आणला.

''अनुष्का, या भागाला मलेनाडू असं म्हणतात, बरं का. आणि इथले लोक कषाय पितात. कषाय म्हणजे एक प्रकारचा काढा. इथल्या लोकांची जीवनशैली अगदी साधी असते. इथे वर्षभर सगळीकडे हिरवंगार असतं. या भागात पिकणाऱ्या भाज्या आणि इतर अन्नधान्यसुद्धा अत्यंत रुचकर असतं. इथली स्वयंपाकाची पद्धत खूप वेगळी आहे. मलेनाडू गिड्डा या जातीच्या गाई बुटक्या असतात. त्या डोंगराळ भागात, तसंच खूप पाऊस पडणाऱ्या दाट झाडीच्या प्रदेशात आढळतात.'' आजोबा म्हणाले.

अनुष्काने त्या काढ्याची चव घेऊन पाहिली. त्याची चव खरंच खूप वेगळी होती. मग तिने फणसाचे पापडसुद्धा चवीने खाल्ले. तिला त्यांची चव फारच आवडली. या छोट्याशा विश्रांतीनंतर सगळे परत पुढच्या प्रवासाला निघाले. वाटेत कुठेच त्यांना मोठी शहरं लागली नाहीत. फक्त लहान लहान गावं लागली. प्रत्येक खेडेगावामध्ये काही मोजकीच घरं होती. त्यानंतरच्या भागात लोकवस्ती विरळ होत चालली होती. ठिकठिकाणी छोटे-छोटे झरे वाहत होते. हा संपूर्ण प्रवास खरोखरच मंत्रमुग्ध करणारा होता.

अनुष्काला अजिबात थकवा जाणवत नव्हता. अखेर आणखी तीन तास गाडीतून प्रवास केल्यावर ते बाळेपुराला येऊन पोचले. पश्चिम घाटाच्या डोंगराच्या पायथ्याशी हे गाव होतं.

✿

गोपाल राव यांचं घर खूपच मोठं होतं. पुढच्या बाजूला प्रवेशद्वारापाशी सागवानी लाकडाचे चांगले मजबूत खांब होते. घराचं छप्पर कौलारू आणि उतरतं होतं.

घरात लाल रंगाच्या फरश्या बसवलेल्या होत्या. प्रवेशद्वारापाशी दोन्ही बाजूला बसण्यासाठी दगडी बाक होते. उतरत्या छपराखाली शोभिवंत तोरण लावण्यात आलं होतं. दारासमोर रांगोळी काढण्यात आली होती. एक वयस्कर जोडपं त्यांची वाटच पाहत होतं. त्या सर्वांना पाहून त्या जोडप्याने पुढे होऊन त्यांचं अत्यंत हसतमुखाने स्वागत केलं.

"या या! स्वागत आहे. तुम्ही येताना तुमच्या या नातीलासुद्धा बरोबर घेऊन आलात, हे फार बरं झालं. आम्ही आजवर हिच्याविषयी फक्त ऐकलंच होतं. अखेर आज हिच्या भेटीचा योग आला, ते फार बरं झालं." गोपाळराव म्हणाले.

"तुझं नाव काय बाळा?" शारदाबाई म्हणाल्या.

"माझं नाव अनुष्का." असं म्हणत अनुष्का आजीच्या पदरामागे लपली. "अनुष्का, अशी जवळ ये. लाजू नको. तू कोण आहेस, ते आम्हाला माहीत आहे. आम्ही तुझं नाव पेपरमध्ये वाचलेलं आहे आणि तुला टीव्हीवरसुद्धा पाहिलं आहे बरं का. तू ती पुरातन पायऱ्यांची विहीर शोधून काढली होतीस ना? आता जिकडे-तिकडे सोमनाहळ्ळीच्या पायऱ्यांच्या विहिरीची चर्चा आहे. तसे आपण एकमेकांचे दूरचे नातेवाईक आहोत. मी तुझ्या आजोबांचा दूरचा चुलत भाऊ आहे; त्यामुळे तसं म्हटलं तर मी तुझा आजोबाच लागतो बरं का." गोपाळराव म्हणाले.

त्यांचं बोलणं ऐकून अनुष्काला हसू फुटलं. त्यांची कन्नड भाषा आणि बोलण्याची धाटणी तिच्या आजोबांपेक्षा जराशी वेगळी होती हे तिच्या लक्षात आलं. शारदाआजीने तिच्या पांढऱ्या केसांचा नीटनेटका अंबाडा घातला होता आणि त्यावर अबोलीच्या फुलांचा गजरा माळला होता. इथल्या अबोलीच्या फुलांचा रंग बंगळुरूमध्ये मिळणाऱ्या अबोलीच्या फुलांपेक्षा जरा वेगळाच होता हे अनुष्काच्या लक्षात आलं. शारदाआजी वयस्कर होती. ती उंच आणि शिडशिडीत होती. ती अत्यंत उत्साहानं सर्वांचं स्वागत करत होती. मग सगळे पाहुणे आत जाऊन दिवाणखान्यात बसले. सर्व जण बसून स्थिरस्थावर झाल्यावर सर्वांना कॉफी देण्यात आली. मग शारदाआजी म्हणाली, "मला जरा त्या सोमनहळ्ळीच्या पायऱ्यांच्या विहिरीबद्दल सांग बरं."

त्यावर आजी काही बोलणार इतक्यात आजोबा घाईघाईने म्हणाले, "ती सगळी गोष्ट मीच सांगतो. दोन वर्षांपूर्वी उन्हाळ्याच्या सुट्टीत अनुष्का आमच्याकडे राहायला आली होती. ती खेळायला गेलेली असताना अचानक तिचा पाय एका खड्ड्यात पडला. तो खड्डा नसून खूप पूर्वीच्या काळातली ती एक पायऱ्यांची विहीर असल्याचं जरा वेळातच तिच्या लक्षात आलं. गावातले सर्व जण त्या विहिरीविषयी बरंच काही सांगत; पण ती विहीर प्रत्यक्षात कोणीच पाहिलेली

नव्हती. मग सरकारी पुरातत्त्व खात्यात काम करणाऱ्या अब्दुल रशीद यांच्या मदतीनं आणि गावातल्या काही स्वयंसेवकांना हाताशी धरून आम्ही तिथे उत्खनन सुरू केलं आणि ती विहीर सर्वांना दिसू लागली. ती एक आश्चर्यकारक अशी विहीर आहे. सगळ्या पंचक्रोशीमध्ये ते एक प्रमुख आकर्षण बनलेलं आहे. टीव्ही वाहिन्यांनी आणि वृत्तपत्रांनी त्या सर्व घटनेला खूपच प्रसिद्धी दिली आणि त्यांनी अनुष्काचा सत्कारसुद्धा केला. आता कर्नाटक सरकारच्या मदतीने ही पायऱ्यांची विहीर हे एक मोठं पर्यटन स्थळ बनलेलं आहे. सगळीकडून लोक तिथे भेट द्यायला येतात.''

''खरं तर आम्हालासुद्धा जायचं होतं; पण कोविडमुळे सर्वांनाच जखडल्यासारखं झालं आहे. आम्ही तर कुठे बाहेर गेलोच नाही. आता हा सोहळा आलाय; त्यामुळे आमच्या आयुष्यात थोडातरी बदल घडून आला.'' गोपाळराव म्हणाले.

आजोबा आणि आजी या दोघांनी मान हलवून होकार दिला. एकीकडे सर्व जण गप्पागोष्टी करण्यात गढून गेलेले असताना अचानक अनुष्काचं लक्ष घरासमोरून वाहत असलेल्या छोट्याशा झऱ्याकडे गेलं. तो झरा पाहून ती अतिशय खूश झाली. हे घर तिला एखाद्या हॉलिडे-होम सारखंच वाटत होतं. त्या झऱ्याचं पाणी काही विशेष खोल नव्हतं; त्यामुळे हवं तर दिवसभरसुद्धा त्या झऱ्याकाठी खेळता येणार होतं. मग तिने स्वयंपाकघरात जाऊन एक छोटंसं भांडं आणलं आणि वाहत्या पाण्यात ते भांडं भरून घेऊन त्याला तोंड लावून सरळ ते पाणी प्यायलं. गमतीची गोष्ट अशी की तिला कोणीच थांबवलं नाही.

''आजी, अगं हे पाणी किती गोड आहे.'' अनुष्का मोठ्यांदा ओरडली. आजी म्हणाली, ''ते म्हणतात ना, 'गंगा स्नान आणि तुंगा पान', ते खरंच आहे!''

''आजी, पण याचा अर्थ काय गं?'' अनुष्काने विचारलं.

''अगं, याचा अर्थ असा, की गंगेच्या पाण्यामध्ये डुबकी मारून स्नान करावं आणि तुंगभद्रेचं पाणी पिऊन त्याची गोडी चाखावी.'' आजी म्हणाली.

थोड्याच वेळात जेवणाची वेळ झाली. सर्वांनी केळीच्या पानावर वाढण्यात आलेल्या त्या भोजनाचा आस्वाद घेतला. जेवण अतिशय रुचकर होतं. जवळजवळ सर्वच पदार्थांमध्ये ओला नारळ होता. जेवण झाल्यावर सर्वांना वाडगा भरून खीर देण्यात आली. तिची चव नेहमीच्या खिरीपेक्षा काहीतरी वेगळीच होती.

मग अनुष्का म्हणाली, ''आजी, ही खीर जरा वेगळीच लागत्ये.''

त्यावर आजी म्हणाली, ''अगं, ही नारळाच्या दुधापासून केली आहे.'' अनुष्काने आजवर कधी नारळाच्या दुधाविषयी ऐकलेलं नव्हतं.

''नारळाचं दूध? पण नारळापासून कसं दूध येईल? नारळाचं तर फक्त

पाणीच असतं ना?'' अनुष्का म्हणाली.

आता तिची उत्सुकता चाळवली गेली होती; म्हणून ती घाईघाईने स्वयंपाकघरात शिरली. स्वयंपाकघर प्रचंड मोठं होतं. त्यात एका बाजूला भिंतीलगत एक बुटकासा कट्टा होता. त्या कट्ट्यावर चूल होती आणि त्या चुलीत लाकडं पेटत होती. एका बाजूला धान्याच्या मोठमोठ्या कोठ्या भरलेल्या होत्या. तिथे वेगळं भोजनघर नव्हतं. हवेरीहून आलेले ते दोन आचारी शारदाआजीच्या हाताखाली कामाला लागले होते. हे दोघे त्या स्वयंपाकघरामध्ये अगदी सराईतासारखे वावरत होते.

शारदाआजी अनुष्काकडे बघून म्हणाली, ''इथे कधी काही सणवार असला किंवा आमच्याकडे पाहुणे आले असले, म्हणजे तुझे आजोबा- आजी हवेरीहून या दोघा आचाऱ्यांना इकडे पाठवून देतात. शिवाय त्यांच्यासोबत धान्यधुन्य, भाजीपाला असं सगळं पाठवतात. आम्हाला इतक्या दिवसांत कधी दुसरे आचारी शोधण्याची गरज पडलेली नाही. तुझे आजी-आजोबा आम्हाला इतकी मदत करतात ना!''

त्याला अनुष्काने हसून प्रतिसाद दिला. तिथे बाजूलाच खवलेले नारळ वाटून त्यापासून दूध काढण्याचं काम चालू होतं. हेच ते नारळाचं दूध होतं तर!

अनुष्काकडे बघून त्या दोघांपैकी एक आचारी म्हणाला, ''अनुष्का, अगं सोमनहळ्ळीमध्ये तुमच्या घरी पुष्कळ गाई, म्हशी आहेत; परंतु त्या गावात नारळाची झाडं येण्यासाठी हवामान काही योग्य नाही; त्यामुळे आम्ही तिकडे स्वयंपाकात नारळाचं दूध कधी वापरत नाही; पण इकडे मलेनाडूमध्ये गाई, म्हशी काही फार जास्त नाहीत. ज्या काय थोड्याफार आहेत, त्यासुद्धा फारसं दूध देत नाहीत. त्यामुळे इकडचे लोक स्वयंपाकामध्ये किंवा पक्वान्नांमध्ये नारळाचा जास्त वापर करतात.''

अनुष्काने बाहेर येऊन पाहिलं तर तिचे आजोबा आणि गोपाळआजोबा समोरच्या ताटामधली पान-सुपारी घेऊन खात बसले होते. तिने त्यांना लगेच मलेनाडूचा अर्थ विचारला.

''अगं, जुन्या कन्नडमध्ये 'मले' याचा अर्थ टेकड्या किंवा डोंगराळ भाग आणि 'नाडू' म्हणजे जमीन. मलेनाडू याचा अर्थ डोंगराळ जमीन. भौगोलिकदृष्ट्या पाहिलं तर सोमनहळ्ळीमध्ये पठार आहे तर इकडे एकदमच वेगळं दृश्य आहे.'' आजोबा तोंडातलं पान चघळत म्हणाले.

''आजोबा, कर्नाटकामध्ये फक्त एवढ्या दोन प्रकारचीच जमीन आहे का? म्हणजे एक तर सोमनहळ्ळीसारखी जमीन किंवा मलेनाडूसारखी जमीन?'' अनुष्का म्हणाली.

“तसं बघायला गेलं, तर जमिनीचे आणखीसुद्धा प्रकार आहेत. पठारं आहेत, किनारे आहेत; पण अलीकडच्या काळात इतक्या मोठ्या प्रमाणात जंगलतोड झालेली आहे, की काही जमिनींचे प्रकार नष्टच झालेले आहेत.”

आजोबांचं ते बोलणं ऐकून अनुष्काने मान हलवली. एवढ्यात आजी आतून बाहेर येऊन अनुष्काचा हात हातात घेऊन म्हणाली, “अनुष्का, चल, तुला मी सगळं घर दाखवते.”

अनुष्का आजीबरोबर घर बघायला निघाली. तो एक मोठा चौसोपी वाडा होता. मधोमध प्रशस्त अंगण होतं आणि त्याच्या सर्व बाजूंनी पुष्कळ खोल्या होत्या.

“हे घर शंभर वर्षांहून नक्कीच जुनं असेल. गोपाळ आजोबांचे वाडवडील याच घरात राहिले. जसजशी वर्षं लोटली, तसतशा या घरात थोड्याफार सुधारणासुद्धा करण्यात आल्या. अशा प्रकारच्या घराला ‘तोट्टी मने’ (चौसोपी वाडा) असं म्हणतात. म्हणजे अशा प्रकारच्या वाड्यांच्या मधोमध मोठं अंगण असतं.”

“आजी, पण मुसळधार पाऊस पडला की अंगणात पाणी साचत असेल ना?” अनुष्का म्हणाली.

“नाही गं. तिकडे कोपऱ्यात एक छोटंसं गटार आहे ना, त्यातून सगळं पाणी बाहेर वाहून जातं. खूप वर्षांपूर्वी इथे एकत्र कुटुंब होतं, तेव्हा घरच्या बायका या अंगणात खूप कामं करायच्या.”

“हो, आजी. मला माहीत आहे. लोणची, पापड हे सगळं त्या इथेच बसून करत असत ना?”

“हो बाळा. शिवाय इथे धान्य निवडायचं, वाळवणं करायची... अशी बरीच कामं त्या करायच्या. हे बघ, तेव्हाच्या काळात त्यांनी दोन मजली इमारती बांधलेल्या आहेत. या घराचे खांब बघ आणि छत बघ. सगळं सागवानाच्या लाकडापासून बनवलेलं आहे; पण यातून पाण्याचा एक थेंब घरात गळत नाही. प्रत्येक खोली किती प्रशस्त आहे, हवेशीर आहे आणि भरपूर प्रकाश आत येतो. इथले बरेच लोक आता बाहेरगावी जाऊन राहत आहेत. फक्त गोपाळचा सर्वांत धाकटा मुलगा सुरेश त्याच्या बायको-मुलांना घेऊन इथे राहतो. आत्ता ती सगळी मंडळी सहस्र पूर्णचंद्रदर्शनाच्या कार्यक्रमासाठी लागणाऱ्या सामानसुमानाची खरेदी करण्यासाठी बाहेर गेली आहेत.”

“आजी, उत्सवाच्या काळामध्ये बाहेरगावाहून जेव्हा इकडे लोक येतील, तेव्हा ते कुठे उतरतील? ते या घरातच उतरतील का?”

अनुष्काच्या या प्रश्नाचं उत्तर मात्र आजोबांनी दिलं. ते कुठूनतरी येऊन

हळूच अनुष्काच्या मागे उभे राहिले होते.

"अगं, मी जेव्हा लहान होतो ना, तेव्हा घराच्या समोर खूप मोठा मांडव उभारण्यात येई. आम्ही तिथे एक शेकोटीसुद्धा पेटवायचो आणि मग आम्ही सर्व जण त्या शेकोटीच्या भोवती उबेला बसायचो. अर्थात त्या काळी दोनशेहून अधिक पाहुणे यायचे. आता काळ बदलला आहे. आम्ही काही जणांनी एकत्र येऊन पैसे गोळा करून दहा खोल्यांचं मोठं गेस्टहाउस बांधलं आहे. तिथे स्वच्छतागृहं आणि इतर काही सोयीसुद्धा आहेत. उत्सवाच्या दिवसांत सर्व जण त्या गेस्ट हाउसमध्येच उतरायला येतात. शिवाय गोपाळकडे वर्षभर पाहुण्यांची बरीच वर्दळ असते."

"पण मुळात लोक इथे येऊन का राहतात?" अनुष्का आजूबाजूला बघत म्हणाली.

"नदीकाठचं घर, हिरवीगार, दाट, सुंदर झाडी. शिवाय इथे आचारी मलेनाडू पद्धतीचं स्वादिष्ट अन्न शिजवून वाढतात. इथली हवा स्वच्छ, ताजी आहे. फोटोग्राफीचा छंद असलेल्यांसाठी तर काय! इतका सुंदर निसर्ग आहे. इकडे येऊन राहण्यासाठी कितीतरी कारणं आहेत. कधी कधी कॉलेजच्या विद्यार्थ्यांचा छोटासा ग्रूप इथे संशोधन करण्यासाठी येऊन राहतो; कारण काही का असेना; पण त्यामुळे घरात माणसांची ये-जा राहते, आजूबाजूच्या लोकांना उत्पन्नाचं साधन मिळतं." अनुष्काने मान हलवली आणि ती दुसऱ्या खोलीत निघून गेली. ते देवघर होतं.

"अरे बाप रे, किती या देवांच्या मूर्ती!" अनुष्काच्या मनात आलं. आजोबांच्या घरी खूपच कमी देव होते आणि बंगळुरूला तर एक छोटंसं शेल्फ होतं. इथे मात्र चांदीचे, सोन्याचे, पितळेचेसुद्धा देव होते. दोन भले मोठे लामणदिवे छतापासून खाली सोडण्यात आले होते.

"हे दिवे कित्येक पिढ्यांपासून आमच्या घराण्यात आहेत." अनुष्काने त्यातल्या एका दिव्याला हात लावताच शारदाआजी म्हणाली. "हे दिवे आमच्या घरात येऊनसुद्धा कितीतरी वर्षं झाली. आमच्या घरी रोज गुरुजी पूजेसाठी येतात. या एवढ्या सगळ्या देवांची पूजा करायला चांगले दीड-दोन तास तरी लागतात." ती म्हणाली.

एवढ्यात बाहेरून गलका ऐकू आला आणि अनुष्का लगेच बाहेर पळाली. काही मुलं पायऱ्या उतरून खाली येत होती, एवढ्यात गोपाळआजोबा तिथे आले आणि त्यांनी अनुष्काची त्या मुलांशी ओळख करून दिली.

"हा आमचा विक्रम, हा माझा नातू आहे. हा कॅलिफोर्नियात राहतो; पण गेले दोन आठवडे तो इकडे आलेला आहे. आणि ही ममता. ही माझ्या दुसऱ्या

एका चुलत भावाची नात आहे. आणि तिकडे पाठीमागे आहे ना, ती रिया. ती माझ्या बहिणीची नात आहे.''

इथे आपल्यासारखी आणखी मुलं आहेत हे पाहून अनुष्काला फारच आनंद झाला. मुख्य म्हणजे ती सगळी जवळपास तिच्याच वयाची होती. मग अनुष्का पुढे होऊन सर्वांशी बोलली. त्यानंतर विक्रमने पुढे होऊन स्वतःची ओळख करून दिली. तो फक्त इंग्लिशमध्येच बोलायचा; पण त्याला कन्नडमध्ये बोललेलं सगळं व्यवस्थित कळायचं. तो आपल्या आजोबांच्या सहस्र पूर्णचंद्रदर्शनासाठी आलेला होता. त्या कार्यक्रमानंतर तो आपल्या आई-वडिलांबरोबर आणि बंगळुरूहून आलेल्या काही मित्रमंडळींबरोबर हिमालयात हायकिंगला जाणार होता. तो दर दोन वर्षांतून एकदा बंगळुरूला यायचा. त्याने पश्चिम घाटातील काही डोंगराळ भागातसुद्धा हायकिंग केलेलं होतं. खरं तर रिया मुंबईहून आली होती; पण विक्रमच इथे तिच्यापेक्षा जास्त रुळला होता.

''इथे किती शांत आहे. मला खूप कंटाळा आलाय. शिवाय सगळीकडे कोळी आहेत आणि भरपूर डास आहेत. मला त्यांची भीती वाटते. हे पाणी तसं दिसायला स्वच्छ दिसत असलं तरी हे काही फिल्टर केलेलं नाही. इथे सकाळपासून संध्याकाळपर्यंत मी करू तरी काय?'' रियाने लगेच कुरकुर करण्यास सुरवात केली. ''मला मुंबईला परत घेऊन जा,'' असा तिने तिच्या आई-वडिलांमागे धोशा लावला. ते पाहून अनुष्का बुचकळ्यात पडली. रियाचा जन्म तर भारतात झाला होता. शिवाय ती इथेच लहानाची मोठी झालेली होती आणि तरीसुद्धा ती लहानसहान गोष्टींबद्दल तक्रार करत होती. विक्रम मात्र केवळ सुट्टीपुरता भारतात यायचा; तरीसुद्धा त्याला इथल्या राहण्याची चांगलीच सवय झालेली दिसत होती. इथले लोक, त्यांचं राहणीमान हे सगळं त्याच्या परिचयाचं होतं. खरं सांगायचं तर आपण कुठल्याही गोष्टीकडे बघताना आपला दृष्टिकोन कसा आहे यावरच सगळं अवलंबून असतं. मग आपल्याला पाण्याचा प्याला अर्धा भरलेला वाटतो की अर्धा रिकामा हे ज्याचं त्यानंच ठरवायचं असतं.

त्यांच्यातली ममता ही वयाने सर्वांत लहान होती आणि सगळ्यात शांतसुद्धा होती. ती चुपचाप सर्वांचं बोलणं ऐकत तिथे उभी होती; पण अनुष्का मात्र इथे बाळेपूरला येऊन अतिशय खूश होती. तिला खूप मजा येत होती. शिवाय आता तिच्याबरोबरची मित्रमंडळीसुद्धा इथे होती. जरा वेळात कुणीतरी त्या मुलांना चहाला आणि मधल्या वेळेचं खायला बोलावलं. सर्वांनी निपट्टूचा पोटभर आस्वाद घेतला, चहा प्यायला आणि मग मुलांनी खेळायला सुरुवात केली. अनुष्का मात्र एकटीच व्हरांड्यात बसून समोरच्या लख्ख चांदण्यात चमकणाऱ्या पर्वतरांगांकडे पाहत होती. पौर्णिमा जवळ आली होती. झऱ्यातून खळाळत वाहणाऱ्या पाण्याच्या

आवाजाने तिचं मन प्रसन्न झालं होतं. बाहेर बेडूक ओरडत होते आणि वेगवेगळ्या किड्यांचेसुद्धा आवाज येत होते. झाडाच्या पानांची सळसळ ऐकू येत होती आणि असे आणखी बरेच आवाज येत होते.

"किती वेगळंच आणि किती सुंदर आहे हे जग!'' तिच्या मनात आलं.

गंगामूलाला भेट

अनुष्काला सकाळी लवकरच झोपेतून जाग आली. ती लगेच धावत घराबाहेर पडून घराशेजारी वाहत असलेल्या झऱ्याकाठी जाऊन तिथे जवळच्या एका छोट्याशा खडकावर बसली. तिला सुरुवातीपासूनच नदीचं खूप आकर्षण होतं. प्रत्येक पक्ष्याची शीळ ही तिला गाण्यासारखी वाटायची. आत्ता तर तिला असं वाटलं, की जणू काही आपल्यासमोर एक वाद्यवृंदच भरलेला आहे. ती त्या वातावरणामध्ये रमून गेली होती, त्या पक्ष्यांच्या जगतामध्ये हरवून गेली होती.

इतक्यात विक्रम तिला शोधत तिथे आला. तो म्हणाला, ‘‘अनुष्का, मी तुला सगळीकडे शोधत होतो. आपण गंगामूलाला जायचं का? तुला तिथे नक्की खूप मजा येईल.’’

‘‘अरे हो! आता आठवलं. महादेवने मला गंगामूलाविषयी सांगितलं होतं; पण मला त्याविषयी फार काही माहिती नाहीये.’’

‘‘गंगामूला हे ठिकाण तीन नद्यांचं उगमस्थान आहे. तुंगा, भद्रा आणि नेत्रावती या तीनही नद्या सह्याद्रीच्या पर्वतरांगांमधून वाहत खाली जातात.’’ विक्रम म्हणाला. ‘‘नेत्रावती पश्चिमेला वाहत जाते तर तुंगा आणि भद्रा या पूर्वेला वाहत जातात. आपण जर या नद्यांच्या उगमस्थानांना भेटी दिल्या ना, तर आपल्याला खूप मजा येईल. प्लीज अनुष्का, चल ना! मी आजपर्यंत कितीतरी वेळा इकडे आलो; पण त्या ठिकाणाला मी अजून कधीच भेट दिलेली नाही.’’

‘‘मग आपण नाश्ता झाला की जायचं का?’’ ती म्हणाली.

ती त्या खडकावरून उडी मारून खाली उतरली आणि घराच्या दिशेनं चालत जाऊ लागली.

"चालेल!" विक्रम आनंदाने टुणकन उडी मारून म्हणाला. "पण आपण पायात चांगले बूट घालून जायला हवं आणि आपण जाताना आपल्याबरोबर काठ्यासुद्धा घेऊन जाऊ या, बरं का!"

इतक्यात अनुष्काला महादेव घराच्या दिशेने येताना दिसला. मग ती त्याच्याकडे बघून ओरडली, "महादेव, आम्ही गंगामूलाला जायला निघालोय. तू येशील का आमच्याबरोबर?"

"हो, येईन की! मी एकदा काही प्रवाशांना घेऊन तिकडे गेलो होतो; त्यामुळे मला तिकडचा रस्तासुद्धा माहीत आहे." तो म्हणाला.

"पण काय रे, ती वाट भीतिदायक आहे का? जंगली श्वापदं आपल्यावर हल्ला तर नाही ना करणार?" अनुष्का जरा घाबरून म्हणाली. तिचा निश्चय आता थोडा डळमळीत झाला होता.

"सहसा असं काही होत नाही. आम्ही बऱ्याचदा तिकडे मोठा ग्रूप घेऊन जातो. तसं केल्याने जनावरांना आपली भीती वाटते." महादेव म्हणाला.

"तसं असेल तर आपण सगळ्यांनी एकत्रच जाऊ या." अनुष्का एकदम उत्साहात येऊन म्हणाली.

"तू काळजी करू नको. आपण फॉरेस्ट गार्डची मदत घेऊ या. आपल्याला तिकडे खूप मजा येईल."

आता तिकडे जाण्यासाठी अनुष्काच्या मनाची नीट तयारी झाली होती; पण आजीला मात्र जरा काळजी वाटत होती.

"हे बघ, तू काळजी करू नको. त्यांच्याबरोबर महादेव जातोय ना?" आजोबा म्हणाले. मग ते अनुष्काकडे आणि बाकीच्या सगळ्या मुलांकडे वळून म्हणाले, "मुलांनो, तुम्ही जर वाटेत दमलात, तर थोडी विश्रांती घेण्यासाठी थांबा आणि मगच पुढे जा. मी जेव्हा लहान होतो ना, तेव्हा तर त्या जंगलात अगदी घनदाट झाडी होती, त्यातून वाट काढत चालणंसुद्धा खूप कठीण होतं. शिवाय त्या काळी तिकडे फॉरेस्ट ऑफिसरसुद्धा नसायचा; पण आता मात्र आत जाण्यासाठी तुम्हाला फॉरेस्ट गार्डकडून लेखी परवानगी घ्यावी लागेल आणि त्यानंतर तोसुद्धा तुमच्या सोबत येईल. अनुष्का, तुम्ही जरूर जा आणि मजा करा; कारण जसा आणखी वेळ जाईल, तसं तिकडे जाणं जास्त अवघड होत जाईल."

अनुष्कानं लुकलुकत्या डोळ्यांनी हसून आजोबांकडे पाहिलं. तिच्या उत्साहाला तर नुसतं उधाण आलं होतं. मग ती घराकडे पळतच गेली आणि तयारीला लागली. तिने अंगात जीन्स आणि टी-शर्ट चढवले. त्यावर एक स्वेटर घातला आणि सर्वांत शेवटी एक रेंज जॅकेटसुद्धा घातलं. तिच्या जवळच्या बॅक पॅक-

मध्ये एक छोटीशी वही आणि पेनसुद्धा होतं, पाण्याची बाटली होती, कॅमेरा असलेला एक फोन होता. अर्थात त्या फोनला सिग्नल मिळेल की नाही, याची काही खात्री नव्हती. त्याशिवाय एक फर्स्ट एड बॉक्ससुद्धा होता. काही झालं तरी ती एका डॉक्टरांची मुलगी होती. नाश्त्याला गरमगरम डोसे होते, त्याबरोबर खायला मध होता, नारळाची गोड चटणी होती आणि गाईचं भरपूर तूप होतं. शिवाय पिण्यासाठी कषायसुद्धा होतं. या कषायची चव काही वेगळीच होती. आदल्या दिवशी प्रवासामध्ये त्या चहाच्या खोपटापाशी थांबून त्यांनी जे कषाय प्यायलं होतं, त्यापेक्षा हे आणखी वेगळ्याच चवीचं होतं. अर्थातच अनुष्काला ते आवडलं.

अनुष्काच्या चेहऱ्यावरचं आश्चर्य पाहून आजी म्हणाली, "अगं, हे कषाय तुळशी, आलं, मिरे, गूळ आणि थोडं दूध असं घालून बनवलं आहे. हे एक टॉनिक तर आहेच, शिवाय हा एक औषधी काढा आहे आणि याला आपण वेलकम ड्रिंकसुद्धा म्हणू शकतो. तुम्ही तुमच्याबरोबर थर्मासमध्ये कषाय घेऊन जा; कारण तुम्हाला परत यायला बराच उशीर होईल. शिवाय मी थोडं फराळाचं बांधून दिलं आहे, बरं का!" असं म्हणून आजीने महादेवच्या हातात एक भली मोठी पिकनिक बास्केट दिली.

"आजी, तुम्ही काही काळजी करू नका. आम्ही सूर्यास्ताच्या आत नक्कीच परत येऊ." महादेव म्हणाला आणि तो आपली कार घरामागून पुढे घेऊन येण्यासाठी निघून गेला.

त्याने गाडी आणताच मुलं लगेच घाईनं गाडीत चढून बसली. सर्व जण निघाले. ते कारनं कुद्रेमुख नॅशनल पार्कपर्यंत गेले. त्यानंतर मात्र खाली उतरून फॉरेस्ट ऑफिसकडे चालत निघाले. सर्वांत पुढे महादेव होता आणि त्याच्या मागोमाग मुलं चालत होती. तसा रस्ता फार चढाचा नव्हता; पण निसरडा होता. आपलं पाऊल घसरू नये म्हणून सर्वांनी हातात काठ्या घेतल्या होत्या. आजूबाजूचं दृश्य फारच सुंदर होतं. उंच उंच झाडं, कितीतरी प्रकारची झुडपं आणि वेगवेगळ्या रंगाची फुलं. सगळ्या वनस्पती, झाडं, फुलं आणि बिया यांचा मिळून एक संमिश्र गंध वातावरणात भरून राहिला होता. वेगवेगळ्या आकाराची, वेगवेगळ्या प्रकारची, पंखांवर सुंदर नक्षी असलेली फुलपाखरं पंख फडफडत आजूबाजूला उडत होती. अजूनही थोडंसं धुकं मागे रेंगाळलं होतं. त्यातून सूर्यप्रकाश हळुवारपणे झिरपत होता. जरा जरी वाऱ्याची झुळूक आली, तरी मुलांची अंगं शहारत होती.

अनुष्काला वाटलं, 'इथे तर वेगळ्या संगीताची गरजच नाही. आजूबाजूच्या निसर्गातूनच संगीताचे मधुर सूर उमटत आहेत.'

अखेर ते सगळे जेव्हा फॉरेस्ट ऑफिसमध्ये जाऊन पोचले, तेव्हा अनुष्का चांगलीच दमली होती. तिने जवळच्या एका दगडावर बैठक मारली. बाकीची मंडळी नावनोंदणी करण्यासाठी ऑफिसमध्ये शिरली. ऑफिसची इमारत तशी साधीशीच होती; पण त्यांनी ती जरा आधुनिक ठेवण्याचा प्रयत्न केला होता. कदाचित शहरातून बरेच पर्यटक तिथे येत असल्यामुळे त्यांनी ती काळजी घेतली असावी.

फॉरेस्ट ऑफिसर मिस्टर सेशू हे चांगले उंचेपुरे आणि दिसायला देखणे होते. त्या सर्व मुलांना पाहून ते खूप खूश झाले आणि म्हणाले, "मला अनेकदा असं वाटतं, की गेल्या काही वर्षांत या आधुनिक टेक्नॉलॉजीचा सगळीकडे इतका प्रसार झालेला आहे ना, की आजकालच्या मुलांना निसर्गसौंदर्याची गोडी लुटताच येणार नाही; पण तुम्ही सगळे जण इथे आला आहात ना, ते पाहून मला फार आनंद झाला आहे. मुलांनो, पश्चिम घाटामध्ये तुमचं स्वागत असो. ही एक वर्ल्ड हेरिटेज साईट (विश्व विरासत स्थळ) आहे बरं का."

"म्हणजे? हे जी.आय. टॅग सारखंच असतं का?" अनुष्का म्हणाली.

"नाही नाही. हे त्यापेक्षा खूप वेगळं असतं. वर्ल्ड हेरिटेज साईट हे युनेस्कोच्या अधिकाराखाली संरक्षित असलेलं क्षेत्र असतं. हा संपूर्ण प्रदेश त्याच्या सांस्कृतिक, ऐतिहासिक, वैज्ञानिक किंवा इतर कोणत्यातरी प्रकारच्या वैशिष्ट्यासाठी जतन करून ठेवण्यात आलेला असतो. 'वेस्टर्न घाट्स' ही एक नैसर्गिक हेरिटेज साईट आहे. ही देवाने पृथ्वीला दिलेली देणगीच आहे म्हणा ना. तुम्हाला हा अनुभव फारच आनंद देऊन जाईल याची मला खात्री आहे. मी- सुद्धा तुमच्याबरोबर येतोच आहे; पण आत्ता इथे धुकं पडलंय ना, त्यामुळे रस्ता जरा निसरडा झालाय, तेव्हा तुम्हाला जपूनच चालावं लागेल."

ही सगळी माहिती ऐकून अनुष्काला तर हर्षवायूच व्हायचं बाकी होतं. सर्वांनी फॉरेस्ट ऑफिसरचे आभार मानले आणि मग सगळ्यांनी मिळून तो डोंगर चढण्यास सुरुवात केली.

काही अंतर चालून गेल्यावर मिस्टर सेशू म्हणाले, "आपण सर्व जण इथे थोडा वेळ विश्रांतीसाठी थांबू. आता धुकं जवळजवळ विरूनच गेलेलं आहे, तेव्हा तुम्हाला फोटो काढायचे असले, तर जरूर काढा."

अनुष्का आजूबाजूला पाहत म्हणाली, "इथे हे जे फूल आहे ना, असं फूल मी आजपर्यंत कोणत्याही बोटॅनिकल गार्डनमध्ये पाहिलेलं नाही. अगदी उटीलासुद्धा नाही."

तो संपूर्ण डोंगर एका विशिष्ट प्रकारच्या नाजूक अशा निळ्या फुलांनी

आच्छादून गेला होता. जणू काही तिथे गालिचाच पसरलेला आहे, असं वाटत होतं. जरा वेळात धुकं पूर्णपणे विरून गेल्यावर अनुष्काला त्या फुलांचं सौंदर्य बारकाईने न्याहाळून पाहता आलं. नंतर तिने त्या फुलांचे भरपूर फोटो काढले.

"ही नीलकुरिंजीची फुलं आहेत. ही फुलं बारा वर्षांतून एकदाच उमलतात. सामान्य परिस्थितीत ही फुलं पाहण्यासाठी बाहेरगावाहून खूप पर्यटक इथे येतात; पण या वर्षी कोविडमुळे इथे फारच थोडे पर्यटक आले. कोविडचा पर्यटन व्यवसायावर खूप मोठा परिणाम झाला आहे." मिस्टर सेशू म्हणाले. त्यांनी जवळच्या एका झाडाची बोरांसारखी दिसणारी छोटी फळं तोडून सर्वांच्या हातात ठेवली.

"ही खाऊन बघा; ही फळं फक्त याच भागात येतात; तीसुद्धा फक्त डोंगराळ भागात. ही तुम्हाला कोणत्याही बाजारात पाहायला मिळणार नाहीत. तशी ती चवीला फार काही चांगली नसतात; पण त्यानंतर तुम्ही जर पाणी प्यायलात, तर ते गोड लागतं. शिवाय या फळांमध्ये खूप अँटिऑक्सिडन्ट्स असतात."

"हा आवळा आहे का?" अनुष्काने विचारलं.

"अगदी आवळाच म्हणता येणार नाही; पण हो. ही फळं साधारण आवळ्याच्या जातीची आहेत. फक्त ही जराशी आंबट असतात." मिस्टर सेशू म्हणाले.

"निसर्ग खरं तर आपल्या मानवजातीसाठी कितीतरी सुंदर सुंदर गोष्टी घेऊन येतो; पण आपण त्यांचा आस्वादच घेत नाही." अनुष्का मोठ्यांदा म्हणाली. मग तिला पूर्वी कधीतरी वाचलेली एक छोटीशी कविता आठवली.

'What is this life, if full of care, if we have no time to stand and stare?' (घटकाभर थांबून छोट्या छोट्या गोष्टींकडे निरखून पाहायलासुद्धा जर आपल्याकडे वेळ नसेल, तर मग या आयुष्याला तरी काय अर्थ आहे?)

✿

छोट्याशा विश्रांतीनंतर त्या सर्वांनी परत चढण्यास सुरुवात केली. जरा वेळानंतर ते डोंगरमाथ्यावर येऊन पोचले. तिथे त्यांना एक गुहा दिसली. त्या गुहेच्या छतापासून चिखलमिश्रित पाण्याचे थेंब टपटप खाली पडत होते.

"हे काय आहे?" अनुष्का उद्गारली.

"हेच तर गंगामूला आहे. हेच या डोंगरातलं सर्वांत उंच ठिकाण आहे. इथूनच ते पाणी पडतं. पावसाळ्यात त्याचं स्वरूप एखाद्या छोट्याशा झऱ्यासारखं असतं. याच ठिकाणाहून तीन नद्या उगम पावतात आणि त्या जंगलातून वाहत पुढे जातात - आपण आणखी थोडे पुढे गेलो ना, की तुम्हाला त्या तीन वेगवेगळ्या नद्या दिसतील. तुंगा नदी डाव्या बाजूला दिसेल, तर भद्रा नदी उजव्या बाजूला दिसेल. इथे पवित्र पाण्याची अनेक तीर्थं आणि छोटी-छोटी मंदिरं आहेत. उदाहरणार्थ, नागतीर्थ, वराहतीर्थ."

विक्रम म्हणाला, "तुंगा आणि भद्रा या दोन्ही नद्यांच्या पाण्यामध्ये काही फरक असतो का? कारण त्या दोन्ही नद्या तर एकाच उगमापासून वाहतात."

"हो, तुंगा ही जरा शांत नदी आहे आणि तिचं पाणीसुद्धा गोड आहे. भद्रा नदीचा प्रवाह खूप जोरदार वाहतो आणि तिचं पाणी जरा वेगळ्या चवीचं आहे." मिस्टर सेशू म्हणाले.

"ओह. मला वाटलं होतं, की जोग धबधब्याप्रमाणे इथेसुद्धा एक भला मोठा धबधबा असेल; पण इथे तर या नदीचं पात्र फारसं काही विस्तीर्ण नाही. मी हरिहरमध्ये तुंगभद्रा नदी पाहिली आहे. तिथे तिचं पात्र कितीतरी रुंद आहे." अनुष्का म्हणाली.

"बऱ्याच नद्यांच्या उगमापाशी पाण्याची अगदी लहानशी संततधार असते. तीच नदी जेव्हा वाहत-वाहत डोंगरातून खाली येते, तेव्हा तिला इतर अनेक छोटे-छोटे झरे आणि उपनद्या येऊन मिळतात. अशा प्रकारे ती रुंदावत जाते

आणि ती खालच्या दिशेने वाहू लागली की जास्त जोमाने वाहू ला... जेव्हा आपल्या मुक्कामाला पोहोचते, तेव्हा ती अतिशय रुंद, पस... असते; पण तिच्या पाण्याचा जोर थोडासा कमी झालेला असतो. कदा... तर असं म्हणत असतील, की सर्वच यशस्वी लोकांच्या आयुष्याची ... अगदी सामान्य परिस्थितीत झालेली असते.''

''तसंही असेल.'' विक्रम म्हणाला.

त्यांना तिथून खालच्या बाजूला पाणी वाहताना दिसत होतं. बराच वे... अनुष्का काही न बोलता तिथे बसून होती. 'गंगा नदी गंगोत्रीपासून उगम पाहून पुढे जाऊन इतकी प्रचंड अशी विशाल नदी कशी काय झाली असेल?' असाच ती विचार करत होती. सर्वच नद्यांचा उगम अगदी छोट्याशा थेंबापासून होतो आणि नंतर पुढे जाऊन त्या इतकं मोठं स्वरूप धारण करतात.

''पण याला गंगामूला असं का म्हणतात?'' अनुष्काने मिस्टर सेशू यांना विचारलं.

''कोणतीही संस्कृती अस्तित्वात येऊन पुढे तिची भरभराट होण्यासाठी नदी ही अत्यावश्यक असते. त्यामुळेच तर जगभरातल्या सर्वच मोठ्या मोठ्या संस्कृती नद्यांच्या काठी उदयास आल्या. उदाहरणार्थ, सिंधू संस्कृतीचंच बघ ना. तिचा उदय आणि विकास सिंधू नदीच्या काठी झाला, तर इजिप्शियन संस्कृतीचा विकास नाइल नदीच्या काठी झाला. गंगा नदी सर्व भारतीयांच्या आदराला पात्र झालेली आहे, त्याचं हेच तर कारण आहे. त्यामुळेच आपण आपल्या देशातली प्रत्येक नदी हे गंगेचं रूप आहे असं समजून तिची पूजा करतो. मूला याचा अर्थ मूळ. म्हणजेच गंगामूला याचा अर्थ गंगेचं मूळ किंवा उगम. खरं तर प्रत्येक नदी ही काही गंगा नदी नसते; पण आपल्याकडे असं म्हणण्याची पद्धत आहे. गोदावरी नदीचा उगम नाशिक शहराच्या जवळ झालेला आहे. त्या ठिकाणाला गंगाद्वार असं म्हणतात.''

अनुष्काला तुंगा नदीविषयी आणखी माहिती वाचण्याची इच्छा होती. आपल्या शाळेच्या प्रोजेक्टसाठी आपण हाच विषय निवडायचा, असं तिने लगेच ठरवलं. मिस्टर सेशू यांच्याकडे अनुष्कासाठी माहितीचं केवढं मोठं भांडार होतं.

''सेशू अंकल, या पाण्याच्या थेंबांचं पुढे काय होतं हो?''

''या ठिकाणापासून त्या पाण्याचा प्रवाह पुढे जाऊन घनदाट जंगलात शिरतो. ते तिकडे दिसतंय ना, तिथे त्याचे तीन फाटे होतात. हे तीन फाटे म्हणजेच तीन नद्या-तुंगा, भद्रा आणि नेत्रावती.''

मग सर्व जण तिथे जरा वेळ बसले. त्यांनी बरोबर आणलेल्या फराळाचा समाचार घेतला, कषाय प्यायलं आणि जरा वेळ विश्रांती घेतली. अनुष्काने काही

फोटो काढले. तेवढ्यात महादेवने मिस्टर सेशू यांना अनुष्काने पायऱ्यांच्या विहिरीचा कसा शोध लावला होता त्याची गोष्ट सांगितली. मिस्टर सेशू ते ऐकून फारच प्रभावित झाले.

''त्या सोमनहळ्ळीच्या पायऱ्यांच्या विहिरीविषयी मी बरंच काही ऐकून आहे आणि माझा तिकडे जाण्याचा विचारसुद्धा आहे; पण ती विहीर शोधून काढणारी मुलगी तूच हे मला माहीत नव्हतं.'' ते म्हणाले.

त्या सर्वांचा तिथे बसून नाश्ता झाल्यावर अनुष्काने एकदा सगळीकडे नजर टाकली. आपल्या हातून कुठे काही केरकचरा तर पडला नाहीये ना, हे तिनं पाहिलं. कागदाची वेष्टनं आणि बाकीचा कचरा तिनं एका पिशवीत भरून ती पिशवी स्वतःकडेच ठेवली.

''तुला पर्यावरणाची आणि इथे जंगलात राहणाऱ्या प्राण्यांची किती काळजी आहे गं. असा विचार खूप कमी लोक करतात. बरेच पर्यटक इथे आले की घाण करून जातात आणि ती सगळी तशीच मागे टाकून जातात. प्लास्टिकच्या पिशव्या आणि इतर कचरा पर्यावरणाला किती हानिकारक असतो, याचा कोणी विचारच करत नाही.'' मिस्टर सेशू हसून म्हणाले. मिस्टर सेशू यांनी एवढा रस घेऊन आपल्याला गंगामूला दाखवलं आणि सगळी माहिती दिली, त्याबद्दल मुलांनी त्यांचे मनापासून आभार मानले. अखेर सर्व जण बाळेपुराला परत जायला निघाले, तेव्हा संध्याकाळ झाली होती. उन्हं उतरणीला लागली होती. अनुष्का कारमध्ये बसून घरी परत जाताना त्या नद्यांचाच विचार करत होती. नद्यांविषयी आपल्याला इतकं आकर्षण का वाटतं, याचाही ती विचार करत होती. गंगामूला या ठिकाणाला भेट दिल्यानंतर ती आतून कुठेतरी हलून गेली होती.

'एक नदी ही संकल्पनाच किती मोठी आहे,' अनुष्का स्वत:शीच म्हणाली. 'नदी जेव्हा आपल्या मुक्कामापासून वाहत पुढे निघते, तेव्हा आपण नक्की कुठे जाऊन पोहोचणार आहोत, हे तिचं तिलाच ठाऊक नसतं. जमिनीचा उतार तिला जिकडे घेऊन जाईल, तिथे ती वाहत जाते आणि या पृथ्वीतलावरच्या सर्वच प्राणिमात्रांची ती केवढी सेवा करते. मानवप्राणी, पक्षी, पशू, सरपटणारे प्राणी, शेतजमिनी, अशा कितिकांच्या ती उपयोगी पडते.' मग अनुष्काला आठवण झाली, मिस्टर सेशू तुंगा नदीचा उल्लेख 'अम्मा' असा करत होते. जशी आई आपल्या मुलांना सारं काही देते, तशीच नदीसुद्धा सर्व काही देते. ही तुंगा नदी जर पश्चिम घाट या भागातून वाहत नसती, तर इथे ना प्राणिजीवन अस्तित्वात आलं असतं, ना वनस्पतिजीवन. इथे नुसते दगड, धोंडे आणि माती एवढंच राहिलं असतं. मग इथे ही वर्ल्ड हेरिटेज साईट बनली नसती. नंतर अनुष्काच्या

असं लक्षात आलं, की ही तुंगा नदी जर इथे नसती, तर आपल्या पूर्वजांचं हे घरसुद्धा इथे नसतं. मुळात आपले पूर्वजच इथे नसते. त्यांचं अस्तित्वसुद्धा नसतं आणि देवळंसुद्धा नसती. काहीच नसतं. खरंच, एक नदी जमिनीवर केवढे बदल घडवून आणते.

सहस्त्र पूर्णचंद्रदर्शन

अनुष्का आणि तिचे कुटुंबीय गेला आठवडाभर या बाळेपुरात राहत होते. सहस्त्र पूर्णचंद्रदर्शनाच्या सोहळ्यानंतर दोन दिवसांनी तो रथयात्रेचा उत्सव होता. अजून सकाळचीच वेळ होती.

अनुष्काच्या आजीने आता शारदाआजीकडून स्वयंपाकघराचा ताबा स्वत:कडे घेतला होता आणि ती आचाऱ्यांना उद्याच्या कार्यक्रमाच्या तयारीविषयी सूचना देत होती. आजी अशीच होती. ती जिथे जाईल तिथे सगळी जबाबदारी स्वतःकडे घ्यायची आणि सगळं कसं नीटनेटकं, व्यवस्थित आणि उत्तम रीतीनं पार पडेल, हे बघायची.

आजीने एक स्टूल ओढून घेतलं होतं आणि त्यावर ती ठाण मांडून बसली होती. तिथे बसूनच ती आचाऱ्यांना सगळ्या सूचना देत होती आणि स्वयंपाकातल्या काही खास गोष्टी त्यांना समजावून सांगत होती.

आजी तिच्या सगळ्या चुलत बहिणींना कितीतरी दिवसांनी भेटली होती. त्या सगळ्या जणी या कोविडच्या महामारीविषयी आणि कोविडच्या वेगवेगळ्या प्रकारांविषयी चर्चा करत होत्या.

अनुष्का मात्र विचारात गढून गेली होती. तिच्या मनात त्या जंगलाविषयी आणि नदीविषयी कितीतरी विचार घोळत होते. तिला वाटलं, आपल्या मनातल्या या सगळ्या शंकांचं उत्तर मिस्टर सेशूच देऊ शकतील.

ती जेव्हा स्वयंपाकघरातून बाहेर दिवाणखान्यात आली, तेव्हा तिला आश्चर्याचा मोठा धक्का बसला. तिथे समोरच मिस्टर सेशू बसले होते.

मिस्टर सेशू यांची गोपाळ आजोबांशी चांगली घनिष्ठ ओळख होती. मिस्टर सेशू यांचे कुटुंबीय इकडे आले, की ते सर्व जण गोपाळ आजोबांच्या घरीच उतरायला येत असत.

आज मिस्टर सेशू यांचा सुटीचा दिवस होता; त्यामुळे गोपाळ आजोबांनी त्यांना आपल्या घरी सकाळच्या नाश्त्याला बोलावून घेतलं होतं. त्यांनी मिस्टर सेशू यांची अनुष्काच्या आजी-आजोबांशीसुद्धा ओळख करून दिली. मिस्टर सेशू घरच्या मंडळींबरोबर नाश्ता करायला बसले. गोपाळआजोबा त्यांना म्हणाले, "अरे सेशू, खरं तर पुढचे काही दिवस तू इकडेच येत जा ना. आमच्याकडे हवेरीहून खास आचारी आलेले आहेत. ते इतका सुंदर स्वयंपाक करतात."

आजचा नाश्ता कालच्यापेक्षा खूपच वेगळा होता. आज नाश्त्याला इडल्या होत्या. त्या हलक्या आणि चविष्ट झाल्या होत्या. छोटे छोटे कांदे घालून केलेलं सांबार होतं, नारळाची बर्फी होती आणि कषायसुद्धा होतं. आजचं कषाय हे वेगळ्याच वनौषधींपासून बनवण्यात आलं होतं.

आजीने मिस्टर सेशूंना ब्याडगी मिरचीपासून तयार केलेली चटणी वाढली. "सेशू, इथे मलेनाडूमध्ये आमच्या सोमनहळ्ळीसारख्या तिखटजाळ मिरच्या खात नाहीत बरं का. तेव्हा तू या मिरच्यांचा रंग बघून घाबरू नको. या मिरच्यांचा रंग अगदी लालचुटुक असला, तरी त्या तिखट नसतात." आजोबा म्हणाले.

मिस्टर सेशूंना हसू फुटलं. "नाही नाही. अंकल, अहो माझी पत्नी आंध्रप्रदेशची आहे; त्यामुळे मला चांगल्या तिखट जेवणाची सवय आहे. हे इथलं मलेनाडूचं जेवण तर मला अगदी गोडच लागतं."

त्याच वेळेला अनुष्का तिथे बसून मिस्टर सेशू यांना विचारण्याच्या प्रश्नांची एक यादीच बनवत होती; परंतु तिला मनातून जरा भीती वाटत होती. त्यांना काय वाटेल? ते आपल्याला उडवून लावतील का? किंवा आपल्याला खूप काम असल्याचं सांगतील का?

अखेर ते आपल्याला नाहीच म्हणतील, असं गृहीत धरून तिने त्यांना प्रश्न विचारायचं ठरवलं.

ती त्यांच्याकडे जाऊन जराशी चाचरत म्हणाली, "सेशू अंकल, तुम्हाला थोडासा वेळ असेल तर मला तुंगा नदीविषयी काही प्रश्न विचारायचे आहेत. ही तुंगा नदी पुढे जाऊन तुंगभद्रा कशी झाली, त्याविषयी विचारायचं आहे. तशी मी याविषयी गूगलवर माहिती वाचलीच आहे; पण तुम्ही इथले फॉरेस्ट ऑफिसर आहात, त्यामुळे तुम्ही मला आणखीसुद्धा बरीच माहिती देऊ शकाल."

"आज आम्हाला सुट्टीच आहे. तुम्ही मुलं जर माझ्याबरोबर येणार असलात, तर आपण सगळे जीप घेऊन निघू आणि या नदीच्या पलीकडे जाऊ. मी तुमच्या सगळ्या प्रश्नांची नक्की उत्तरं देईन."

"मी जीप चालवायला तयार आहे." महादेव म्हणाला.

"मी पण येणार." विक्रम उत्साहानं म्हणाला.

अनुष्का नेहमीप्रमाणे पेन आणि वही घेऊन तयार होतीच.

आजी-आजोबा उत्सवाच्या तयारीला लागले होते; पण अनुष्का इथे मजेत आहे, तिचा वेळही चांगला चालला आहे, हे पाहून त्यांना बरं वाटलं.

रिया आणि ममता बाहेरच्या बाजूला झऱ्यापाशी असलेल्या एका पुलाच्या जवळ खेळत होत्या. त्या काही या संभाषणात सहभागी झाल्या नाहीत.

नाश्ता झाल्यावर अनुष्का एका वेगळ्याच अशा साहसी सहलीला निघाली. सर्व जण जीपमध्ये बसून तुंगा नदीकडे निघाले.

सुरुवातीला काही वेळ ते दक्षिणेकडे प्रवास करत होते. ते नदीच्या काठाकाठाने जात होते. मिस्टर सेशू यांनी एक सेकंदही वाया न घालवता सर्व काही स्पष्ट करून सांगायला सुरुवात केली.

"मुलांनो, आपण गंगामूलापाशी जो पाण्याचा छोटासा प्रवाह पाहिला होता, त्याची आता ही इथे नदी झालेली आहे. तुंगा ही अत्यंत महत्त्वाची नदी आहे. ती वेस्टर्न घाट्स या प्रदेशातून वाहते आणि मंडगद्दे पक्षी अभयारण्य, गाजनूर धरण, अशी ठिकाणं पार करून पुढे जाते. मग मलेनाडूमधून अखेर ती पठारावर जाऊन पोचते.

"मंडगद्दे बर्ड सॅन्क्च्युरीमध्ये हिवाळ्यात दूरवरून स्थलांतर करून इकडे उडून येणारे बरेच पक्षी पाहायला मिळतात. ते तीन ते चार महिने इथे वास्तव्य करून पुन्हा परत जातात. हे ठिकाण भेट द्यायला खूपच छान आहे. आपल्याला शृंगेरीला गेल्यावर तुंगा नदीचं सौंदर्य फारच जवळून पाहायला मिळतं. शृंगेरी हे ठिकाण म्हणजे विद्येचं माहेरघर आहे.

"त्याच वेळी इकडे तुंगा नदीची बहीण भद्रा ही वेस्टर्न घाटातून प्रवासाला सुरुवात करते आणि ती भद्रारण्यातून प्रवास करते. या नदीच्या काठावर एक अत्यंत प्रसिद्ध शहर आहे. ते म्हणजे भद्रावती. खूप पूर्वीपासून, म्हणजे महाराजांच्या काळापासून इथे एक लोखंडाचा कारखाना आहे. इथून पुढे कित्येक मैलांचा प्रवास करून अखेर ही नदी कूडली इथे तुंगा नदीला येऊन मिळते."

"कूडली? किती वेगळंच नाव आहे ना हे?" विक्रम म्हणाला.

मिस्टर सेशू म्हणाले, "हो, कूडलीला तुंगा आणि भद्रा या दोन्ही नद्यांचा संगम होतो. संगम याअर्थी संस्कृतमध्ये प्रयाग असा शब्द आहे, तर कन्नडमध्ये त्यालाच कूडली असं म्हणतात. याला हिंदीमध्ये 'संगम' म्हणतात. कूडली इथल्या संगमापाशी तुंगा नदीमध्ये भद्रा नदीपेक्षा फारच जास्त पाणी असतं. इथपर्यंत येऊन पोचण्यासाठी तुंगा नदीला उगमापासून १४७ किलोमीटरचं अंतर कापावं लागतं, तर भद्रा नदी १७८ किलोमीटर अंतर पार करून इथे येते.

"त्यामुळेच कूडलीनंतर या नदीला पुढच्या भागात तुंगभद्रा असं नाव आहे.

या नदीमुळे कर्नाटक राज्याचे दोन भाग होतात. उत्तर कर्नाटक आणि दक्षिण कर्नाटक. यालाच म्हैसूर राज्य असंसुद्धा म्हणतात. या तुंगभद्रेला अनेक उपनद्या येऊन मिळतात. उदाहरणार्थ वरदा, कुमुदवती, वेदवती आणि इतरही काही नद्या.

“त्यानंतर ती होस्पेटमधून पुढे जाते. या ठिकाणी एक फार विशाल असा कृत्रिम जलाशय बांधण्यात आलेला आहे. त्यानंतर ती सुप्रसिद्ध अशा विजयनगर साम्राज्याला पार करून पुढे आंध्र प्रदेशात शिरते. मला तुम्हा सर्वांना या विजयनगर साम्राज्याविषयी सांगण्याची इच्छा आहे. या साम्राज्याची स्वत:ची अशी एक कथा आहे: पण त्याविषयी मी तुम्हाला पुन्हा कधीतरी सांगेन.

“तर आता आंध्र प्रदेशातून वाहणाऱ्या तुंगभद्रेविषयी सांगतो. या नदीच्या काठी मंत्रालयम् नावाचं एक अत्यंत सुप्रसिद्ध तीर्थक्षेत्र आहे. तुंगभद्रा पुढे जाऊन तेलंगणामधल्या धार्मिक स्थळ असलेल्या आलमपूरपासून अगदी जवळ असलेल्या गुंडीमला या गावी कृष्णा नदीला मिळते. या ठिकाणी या नदीचं तुंगभद्रा हे नाव संपुष्टात येतं आणि ती पुढे कृष्णा नदीची उपनदी बनून वाहते. तर हा झाला तुंगा आणि भद्रा या नद्यांचा प्रवास. मुलांनो, तुम्हाला एक गोष्ट माहीत आहे का? भारतातली तुंगा ही एकमेव नदी अशी आहे, जी दोन वर्ल्ड हेरिटेज साईट्सच्या मधून वाहते.”

“अंकल सेशू, या दोनपैकी एक म्हणजे वेस्टर्न घाट्स हा प्रदेश आहे, याची आम्हाला कल्पना आहे; पण मग दुसरी साईट कुठली?” अनुष्काने विचारलं.

“दुसरी साईट म्हणजे हम्पी. हम्पी ही विजयनगरच्या साम्राज्याची राजधानी होती. मुलांनो, तुम्हाला जर वेळ असेल ना, तर तुम्ही विजयनगरला जरूर जा. ते फार सुंदर ठिकाण आहे. तुम्हाला हवं असेल ना, तर मी माझा मित्र हुसेन याच्याशी तुमची ओळख करून देईन. तो एक फार हुशार गाईड आहे आणि तो तुम्हाला ही सगळी ठिकाणं अत्यंत व्यवस्थित दाखवेल.” मिस्टर सेशू म्हणाले.

“हो, मला याविषयी आजोबांना विचारायला हवं. शक्य झालं तर या रथयात्रेच्या उत्सवानंतर आपण लगेच तिकडे जाऊ. भद्रेला केवळ याच उपनद्या येऊन मिळतात का?” अनुष्कानं विचारलं.

“नाही. आणखी पण काही नद्या येऊन मिळतात. तुला चांगलं नेटवर्क मिळालं, की तू एकदा सर्च करून बघ ना. आपण इंटरनेटचा उपयोग जर व्यवस्थित केला, तर आपल्याला त्याची खूप मदत होते.”

“तुम्हाला जर वेळ मिळाला तर तुम्ही गंगामूलापासून प्रवास करून थेट आलमपूरला जा. या प्रवासात तुम्हाला वेगवेगळ्या पर्वतरांगा, देवळं, वेगवेगळं तत्त्वज्ञान आणि त्या प्रदेशातलं प्राणिजीवन, वनस्पतिजीवन, या सगळ्याची

व्यवस्थित ओळख होईल.'' ते ऐकून अनुष्काच्या अंगात उत्साहाचा संचार झाला. तिला या तुंगभद्रा नदीचा अत्यंत व्यवस्थित अभ्यास करायचा होता. आपण कधी एकदा आजी-आजोबांना हे सगळं सांगतो, असं तिला झालं होतं.

जीपचा तो प्रवास फारच छान होता. तुंगा नदी मोठी मोठी होत जात असलेली त्यांना दिसली. जरा वेळानंतर ते वाटेत थांबले आणि रस्त्याच्या कडेच्या एका खोपटामध्ये त्यांना शहाळ्याचं पाणी प्यायला मिळालं. त्यानंतर त्यांचा परतीचा प्रवास सुरू झाला.

✿

पौर्णिमेची रात्र होती. सहस्र पूर्णचंद्रदर्शनाच्या सोहळ्याची तयारी तर अगदी जोरात चालू होती.

गोपाळ आजोबांना तीन मुलं होती; पण त्यातला सुरेश तेवढाच काय तो घरी होता. तो आणि त्याची पत्नी इथे लवकर आले होते. त्यांनीच सगळी तयारी केली होती. या सोहळ्यासाठी बंगळुरूहून एक हजार मातीच्या पणत्या मागवण्यात आल्या होत्या. त्या सर्व पेटवून घराभोवती लावून ठेवण्यात आल्या होत्या. गोपाळ आजोबांचे काही मित्रसुद्धा घरी आले होते. हा सर्व सोहळा खरं तर त्या व्यक्तीच्या मुलांनी किंवा नातवंडांनी साजरा करायचा असतो. त्या व्यक्तीने तो स्वत: साजरा करायचा नसतो.

विक्रम, रिया, ममता आणि अनुष्का हे सर्व जण नवे कपडे घालून तयार होऊन खाली आले. त्यांना या सोहळ्याविषयी खूपच उत्सुकता होती. अनुष्काने जरीचा ब्लाउज आणि स्कर्ट घातला होता.

आजोबा व्हरांड्यात बसले होते. मुलं त्यांच्याभोवती गोळा झाली आणि त्यांना या सोहळ्याविषयी आणखी माहिती विचारू लागली.

''आजोबा, या सोहळ्याविषयी आम्हाला आणखी काही सांगा ना.'' मुलं एकच गलका करत म्हणाली.

''हे बघा, पूर्वीच्या काळी माणसं युद्धावर जायची. शिवाय त्या वेळी खूप रोगराई असायची. अनेक रोगांवर तर उपचारसुद्धा नव्हते; त्यामुळे माणसाचं सरासरी आयुष्य तसं बेताचंच होतं. साठ वर्षांपर्यंतचं आयुष्य जगायला मिळणं हीसुद्धा त्या काळी फार मोठी गोष्ट मानण्यात येत असे. म्हणूनच एखादी व्यक्ती साठ वर्षांची झाली, की त्या व्यक्तीची मुलं तिच्या षष्ट्यब्दीपूर्तीचा समारंभ साजरा करायची. त्याचं आणखी एक कारणसुद्धा होतं. बरं का, आपल्या हिंदू पंचांगानुसार साठ वर्षं पूर्ण झाली की एक चक्र पूर्ण होतं आणि दुसरं चक्र सुरू होतं. त्यानंतर पुढची जी काही वर्षं माणसाला मिळतात, तो त्याला मिळालेला बोनस आहे, असं समजतात.'' आजोबा म्हणाले.

"पण आजोबा, एखादा माणूस ६५ वर्षांचा झाला, तर मग काय होतं?"

"अनुष्का, तू हा छान प्रश्न विचारलास. अगं, वयाची पासष्टी साजरी करण्याचासुद्धा एक समारंभ असतो बरं का. खरं म्हणजे, तसं तर वयाच्या साठीनंतर दर पाच वर्षांनी आपला वृद्धापकाळ साजरा करण्याचा काही ना काहीतरी समारंभ असतो; पण कोणत्याही व्यक्तीच्या आयुष्यातला सर्वांत मोठा समारंभ म्हणजे सहस्त्र पूर्णचंद्रदर्शनाचाच असतो."

"आजोबा, या वर्षी तुम्ही ७५ वर्षांचे होणार ना? मग तुमचा काय बेत आहे?"

आपल्या आजोबांचा अशा प्रकारचा एखादा सोहळा साजरा करण्याच्या कल्पनेने अनुष्काची उत्सुकता एकदम जागृत झाली होती.

"अगं, खरं सांगू का? मी अजून त्याचा काहीच विचार केलेला नाही; पण त्याबद्दल तुझ्या काही सूचना आहेत का?"

"मी तर बाबा खूप मोठा समारंभ करणार आहे." अनुष्का म्हणाली.

"थँक्यू अनुष्का." आजोबा हसून म्हणाले.

रात्र झाली होती. काही लोक घरातून बाहेर येऊन एकत्र जमले होते. घराच्या बाहेरचा भाग आंब्याच्या पानांनी आणि रंगीबेरंगी फुलांनी सजवण्यात आला होता. लख्ख चांदणं पडलं होतं. घराभोवती पेटलेल्या पणत्यांचा मंद उजेड पडला होता. मधूनच गार वाऱ्याची झुळूकसुद्धा येत होती. या सगळ्याचा एकत्रित परिणाम म्हणून ते सर्वच दृश्य अत्यंत सुंदर दिसत होतं. अंगणात मध्यभागी कार्यक्रमाचं प्रमुख आकर्षण होतं. जमिनीवर मधोमध दोन पराती ठेवण्यात आल्या होत्या. त्या उजेडात चमकत होत्या. त्यातली एक परात दुधानं भरलेली होती, तर दुसरी पाण्यानं. दोन्ही परातींच्या भोवती सुरेख रांगोळी काढण्यात आली होती.

गोपाळआजोबा आणि शारदाआजी नवे कपडे घालून छान तयार होऊन घराच्या व्हरांड्यात बसले होते. शारदाआजीनं गर्भरेशमी साडी नेसली होती, तर गोपाळआजोबांनी फिक्या पिवळसर रंगाचं रेशमी धोतर परिधान केलं होतं; त्यामुळे खरंच सण असल्यासारखं वाटत होतं. सर्व नातेवाइकांनी त्यांना नमस्कार करून त्यांचे आशीर्वाद घेतले.

त्यानंतर दोघं खाली उतरून अंगणात आले. सुरुवातीला गोपाळआजोबा आणि शारदाआजी या दोघांनी दूध असलेल्या परातीत स्वतःचं प्रतिबिंब बघायचं होतं. त्यानंतर त्यांनी त्या दुधात पडलेल्या चंद्राच्या प्रतिबिंबाकडे बघायचं होतं. त्यानंतर त्यांनी पाण्याच्या परातीत पडलेल्या आपल्या स्वतःच्या चेहऱ्याच्या प्रतिबिंबाकडे बघायचं होतं. अर्थात पाण्यात पडलेलं प्रतिबिंब हे दुधात पडलेल्या

प्रतिबिंबापेक्षा फारच स्पष्ट होतं. त्यानंतर त्या दोघांसमोर एक आरसा धरण्यात आला आणि त्यांनी त्यात त्यांचे स्वत:चे चेहरे पाहिले. हा आरसा त्यांच्यासमोर अशा रीतीने धरण्यात आला होता, की त्यात चंद्राचं प्रतिबिंबसुद्धा त्याच वेळी पडलं होतं. या समारंभासाठी मुद्दाम यशोदा-कृष्ण मंदिराचे पुजारी श्रीनिवास भट यांना बोलावण्यात आलं होतं. हा कार्यक्रम पार पडल्यावर त्यांनी अशी घोषणा केली, "आता तुमचं सहस्त्र पूर्णचंद्रांचं दर्शन झालेलं आहे. या समारंभातली राहिलेली पूजा आपण उद्या सकाळी करणार आहोत. तुमचं यापुढचं आयुष्य सुखासमाधानाचं, आरोग्याचं, आनंदाचं आणि चिंतामुक्त जावो, अशी मी देवाकडे प्रार्थना करतो." एवढं बोलून ते त्यांचं सामानसुमान घेऊन तिथून निघून गेले.

त्यानंतर ते वृद्ध जोडपं तिथून उठून एका सोफ्यावर जाऊन बसलं. मग एकेका नातलगानं येऊन त्यांना औक्षण केलं आणि आपल्याबरोबर आणलेल्या भेटवस्तू त्यांना दिल्या. विक्रमने गोपाळआजोबांना एक काठी दिली. तो म्हणाला, "आजोबा, तुमच्या म्हातारपणी तुम्हाला या काठीचा खूप उपयोग होईल."

रियाने त्यांना एक स्मार्ट फोन दिला आणि म्हणाली, "आजोबा, इथला वायफाय सिग्नल लवकरच नक्की सुधारणार आहे. मला खात्री आहे. त्यानंतर तुम्ही या फोनचा उपयोग व्हिडिओ कॉल्स घेण्यासाठी, त्याचप्रमाणे फोटो घेण्यासाठी करू शकाल."

ममताच्या आई-वडिलांनी त्या जोडप्यासाठी भरपूर सुकामेवा आणि लोकरीच्या शाली आणल्या होत्या. अनुष्काच्या आजी-आजोबांनी शारदाआजीसाठी रेशमी साडी आणि गोपाळआजोबांसाठी रेशमी धोतर आणलं होतं. त्यांचे आणखीही काही नातलग या सोहळ्यासाठी मुद्दाम आले होते. त्यांनीपण आपल्याबरोबर आणलेल्या भेटी त्यांना दिल्या. त्या तिथे त्या वेळी सुमारे ५० लोक जमले होते. घर आनंदाने भरून गेलं होतं.

त्या कार्यक्रमासाठी खास रुचकर भोजन बनवण्यात आलं होतं. त्यानंतर सर्वांना केळीच्या पानावर जेवायला वाढण्यात आलं.

आजी इतर पाहुण्यांशी गप्पा मारत होती. "मला शारदेच्या मुलांचा खूप अभिमान वाटतो." ती म्हणाली. "हा सोहळा म्हणजे एक प्रकारे मुलांनी आपल्या आई-वडिलांचं थँक्स-गिव्हिंगच केलेलं आहे, म्हणा ना. आई-वडिलांनी आपलं संगोपन केलेलं असतं, आपल्याला लहानाचं मोठं केलेलं असतं, त्याबद्दल मुलांनी व्यक्त केलेला हा कृतज्ञतेचा सोहळाच आहे. देव सर्वांनाच सुखाचं आणि समाधानाचं आयुष्य देवो."

"आजोबा, आपली ही आजी खरं म्हणजे एक मोठी वक्ती झाली असती, नाही का? ती किती छान बोलते आणि कुठल्याही प्रसंगाला साजेसं असंच तिचं

भाषण असतं.'' अनुष्का अभिमानाने म्हणाली.

''हो गं, खरं आहे अनुष्का.'' आजोबा हसून म्हणाले.

जेवण झाल्यावर जरा वेळाने गोपाळआजोबांचा मुलगा म्हणाला, ''तुम्हा सर्व जमलेल्या लोकांसाठी आम्ही छोट्या छोट्या भेटवस्तू आणल्या आहेत. खरं सांगायचं तर आम्हाला काही उगाच सोन्या-चांदीच्या वस्तू द्यायच्या नव्हत्या; कारण त्या नुसत्या तुमच्या कपाटाची शोभा वाढवत बसल्या असत्या. म्हणून आम्ही सर्वांसाठी एक छानसा गिफ्टहॅम्पर तयार केलेला आहे. या प्रसंगी तो खूपच उपयोगी होईल, असं आम्हाला वाटलं. त्याच्यामध्ये कोकमाचं आगळ आहे, फणसाचे पापड आहेत. हे पापड म्हणजे आमच्या इथलं वैशिष्ट्य आहे बरं का. त्याचप्रमाणे कषायची (काढ्याची) पावडर आहे. बरणी भरून तूप आहे. हे घरच्या गाईच्या दुधापासून केलेलं आहे. आमच्या घरच्या बागेत पिकवलेली केळी आहेत, आमच्या इथल्या लाकडाच्या घाण्यावर तयार केलेलं खोबरेल तेल आहे. हे तेल घरच्या नारळांपासून बनवण्यात आलेलं आहे. शिवाय आमच्या शेतातला तांदूळ आहे. आमच्या गावात प्रत्येकाचं स्वत:चं शेत आहे आणि केळ्याची बागसुद्धा आहे. हा जो तांदूळ आहे ना, तो पॉलिश केलेला नाही. हा हातसडीचा तांदूळ आहे. या सगळ्याच गोष्टी सेंद्रिय आहेत आणि यासाठी कोणत्याही रासायनिक खतांचा वापर करण्यात आलेला नाही. पर्यावरणाचा विचार करून आम्ही ज्या कापडी पिशव्या वापरलेल्या आहेत ना, त्यासुद्धा गावातूनच शिवून घेतलेल्या आहेत. आमच्या कुटुंबीयांकडून तुम्हा सर्वांसाठी ही अल्पस्वल्पशी भेट आहे. हे आमचं तुमच्यावर असलेल्या प्रेमाचं प्रतीक आहे.''

सर्वांनी टाळ्या वाजवल्या. आजी म्हणाली, ''अरे वा! सुरेश, तुम्ही हे किती छान केलंत! खूप चांगला विचार आहे.''

त्यानंतर सुरेशने आणि त्याच्या बायकोने आजीचे आभार मानले. प्रत्येकानं आपल्याला मिळालेला हॅम्पर उघडून पाहिला आणि त्याबद्दल कौतुकाचे उद्गार काढले.

दुसऱ्या दिवशी सकाळीच पूजा व्हायची होती; त्यामुळे हळूहळू सगळे जण रात्रीच्या विश्रांतीसाठी आपापल्या खोलीकडे निघाले.

सकाळ झाल्यावर जमलेले सगळे पाहुणे अंगणामध्ये जमा झाले. घरातली वडीलधारी माणसं एकत्र जमून श्रीनिवास भट गुरुजींच्या मार्गदर्शनाखाली यथासांग पूजा करणार होती. अगदी सुरुवातीला तुलाभरणाचा कार्यक्रम होता.

धान्याच्या कोठारामधून भला मोठा तराजू आणून ठेवण्यात आला होता. मुलं घाईनं पुढे येऊन मोठ्या उत्सुकतेनं त्याचं निरीक्षण करू लागली.

''हे तुलाभरण ही आपली हिंदूंची खूप जुनी परंपरा आहे. गेल्या कितीतरी

वर्षांपासून तो आपल्या संस्कृतीचा एक भाग आहे. आपल्या महाकाव्यांमध्ये तुम्ही मुलांनी श्रीकृष्णाच्या तुलाभरणाविषयी ऐकलं असेलच आणि इतिहासात बघायचं झालं, तर विजयनगर साम्राज्यामध्ये युद्धात विजयी झाल्यावर किंवा नवरात्रामध्ये राजाची सोन्याच्या किंवा चांदीच्या मोहरांनी, तांदूळ, गूळ किंवा नारळाने तुला व्हायची आणि मग ते सर्व गोरगरिबांमध्ये वाटण्यात येत असे.''

''आज इथे आपण गोपाळची जी तुला करणार आहोत, ती गूळ, हरभऱ्याची डाळ, तांदूळ आणि तुपाच्या छोट्या-छोट्या बरण्यांनी करणार आहोत. त्यानंतर हे सगळे पदार्थ मंदिराला देण्यात येतील. आपण त्याची आधी तांदळानं तुला करू. मग ते तांदूळ आपण गरजू लोकांमध्ये वाटून टाकू. त्यानंतर आपण पुन्हा एकदा त्याची हरभऱ्याच्या डाळीने तुला करू आणि ते पक्ष्यांना आणि प्राण्यांना खाऊ घालू. त्यानंतर त्याची परत एकदा तांदळाने तुला करण्यात येईल आणि त्यानंतर त्या तांदळाचं नदीच्या पात्रात विसर्जन करण्यात येईल. नदीच्या पात्रातल्या माश्यांना तसंच इतर जलचरांना अन्न म्हणून त्याचा उपयोग होईल. त्यानंतर सर्वांत शेवटी आपण त्याची फळांनी तुला करू आणि आपण सर्व जण ती फळं खाऊ.''

हे सगळं ऐकून अनुष्काला खूप मजा वाटत होती. तराजूच्या एका तागडीमध्ये गोपाळआजोबांना बसवण्यात आलं होतं. प्रत्येक पदार्थ त्यांच्या स्वत:च्या वजनाएवढा किंवा त्याहून थोडे जास्तच किलो काढून ठेवण्यात आला होता. रूढी काही का असेना, पण गोरगरिबांना, गरजूंना, प्राणिमात्रांना खायला घालणं तर चांगलीच गोष्ट होती.

सगळी मुलं फार मजा करत होती. ''आजोबा, तुम्हाला आत्ता सध्या तरी फारसं काम नाहीये, तर मग तुम्ही मुलांना घेऊन संपिगेहळ्ळीला का नाही जात? तिकडे जा आणि उद्याच्या रथोत्सवासाठी इब्राहिमला निमंत्रण द्या. सगळ्या मुलांमध्ये नुसता उत्साहाचा संचार झालेला आहे, तेव्हा उद्याच्या कार्यक्रमापर्यंत तो तसाच राहायला हवा ना?''

मग आजोबा अनुष्काकडे वळून म्हणाले, ''चल, जा बघू. तुझ्या सगळ्या मित्र-मैत्रिणींना गोळा करून घेऊन ये.''

मग तिने घाईघाईने सर्वांना हाका मारायला सुरुवात केली.

''अरे, चला चला. आजोबा आपल्याला सगळ्यांना बोलावतायत.''

सगळी मुलं धावतच आली आणि कारच्या भोवती जमा झाली. तेवढ्यात आजोबांनी एका कापडी पिशवीमध्ये एक भलं मोठं तबक आणि इतर थोड्याशा गोष्टी घेतल्या आणि मग ते सगळं सामान अतिशय जपून कारच्या डिकीमध्ये ठेवून दिलं.

“चला बरं मुलांनो.” ते उत्साहाने म्हणाले.

त्यानंतर आजोबा गाडीच्या पुढच्या सीटवर बसून महादेवला जाण्याचा रस्ता दाखवू लागले. घनदाट झाडीतून त्यांनी सुमारे तासभर प्रवास केला.

त्यांना इथून पुढचा प्रवास होडीनं करावा लागणार होता; पण ही होडी नेहमीच्या नावेसारखी नव्हती. ती एका गोल टोपलीसारखी दिसत होती. ती पाण्यावर तरंगत होती, हे पाहून अनुष्काला भीती वाटली.

“ही अतिशय भक्कम अशा सिंथेटिक मटेरिअलपासून बनवण्यात आली आहे. ती वजनाला हलकी असली तरी चांगली मजबूत आहे. तेव्हा तू अजिबात घाबरू नको. आता आपण बसल्यावर ती थोडीशी हलायला लागेल; पण जरा वेळात ती व्यवस्थित स्थिरस्थावर होईल.” महादेव म्हणाला.

महादेव, अनुष्का आणि विक्रम हे तिघं एका नावेत बसले; तर आजोबा, ममता आणि रिया दुसऱ्या नावेत बसले. मग दोन नावाड्यांनी त्यांना पलीकडच्या बाजूला नेण्यास सुरुवात केली; पण विक्रम मात्र अजिबात घाबरला नव्हता. तो म्हणाला, “मला या सगळ्याची सवय आहे. मी हे असं ॲरिझोना नदीमध्ये केलेलं आहे.”

“ॲरिझोना नदी कशी आहे ते काही मला माहीत नाही. आपण आज इथे तुंगा नदीतून चाललो आहोत. जसा प्रत्येक फुलाचा गंध वेगळा असतो ना, तसं प्रत्येक नदीचं स्वत:चं असं खास सौंदर्य असतं.” अनुष्का म्हणाली. आता तिची भीती बरीच कमी झाली होती.

“अनुष्का, तू किती छान बोलतेस गं.” विक्रम तिचं कौतुक करत म्हणाला.

दुसरी नाव त्यांच्या मागेच होती.

“तुम्हाला कधी नदीची भीती नाही का वाटत?” अनुष्कानं नावाड्याला विचारलं.

“मी जेव्हा पहिल्यांदा हे काम करण्यास सुरुवात केली ना, तेव्हा मी साधारण तुझ्याच वयाचा होतो.” तो म्हणाला. “मला पलीकडच्या तीरावर असलेल्या शाळेत जाण्यासाठी ही नाव वल्हवतच जावं लागायचं. आमच्यासाठी ही नदी म्हणजे आमच्या आईसारखी आहे. नदी हाच आमचा देव आहे आणि नदी हाच आमचा मित्रसुद्धा आहे. मला जेव्हा कधी वाईट वाटतं ना, तेव्हा मी नदीच्या काठी बसतो आणि मग माझ्या सगळ्या चिंता दूर होतात. आम्ही नदीच्या प्रवाहाबरोबर जातो आणि आमचं काम संपवतो. कधी कधी आम्ही पाण्यात उड्या मारून पोहतो आणि मजासुद्धा करतो. लोक नदीशिवाय कसं काय राहू शकतात, हेच मला कळत नाही.”

ते ऐकून अनुष्काला जराशी लाज वाटली; कारण बंगळुरूला काही अशी

मोठी नदी नव्हती.

जसे ते नदीचं पात्र ओलांडून पलीकडे चालले होते, तशी त्यांना सुंदर सुंदर भाताची शेतं दिसली, केळीच्या बागा दिसल्या आणि चाफ्याची झाडं दिसली. भाताच्या शेतांचं पाण्यात पडलेलं प्रतिबिंब पाहून असं वाटत होतं, की जणू काही पाण्यातूनच रोपं उगवलेली आहेत.

✿

काही वेळातच त्यांची ही पाण्यातील आनंददायी सफर संपत आली आणि ते दुसऱ्या तीराला जाऊन पोचले. मग ते सर्व जण पायी चालू लागले. रस्ता बराच अरुंद होता. अनुष्काला पानांच्या वेगवेगळ्या रंगछटा दिसल्या- पोपटी हिरवा रंग, पिवळट हिरवा रंग, फिकट हिरवा रंग, गडद हिरवा रंग आणि काळपट हिरवा रंग. भाताचं पीक कापणीसाठी तयार झालं होतं. जरा वेळ चालून गेल्यावर त्यांना एक भलंमोठं जुनं घर लागलं.

मग ते घरापाशी जाऊन तिथल्या व्हरांड्यात बसले. व्हरांड्यात सोफे आणि खुर्च्या मांडण्यात आल्या होत्या; त्यामुळे सर्वांना अगदी आरामात बसता येत होतं. जवळच एक मूल खेळत होतं. ते धावतच घरात शिरलं. आपल्याकडे काही माणसं भेटायला आलेली आहेत, असं त्याने आपल्या घरातल्या वडीलधाऱ्यांना सांगितलं.

जरा वेळात एक मध्यमवयीन माणूस घराबाहेर आला आणि त्याने सर्वांचं स्वागत केलं.

"नमस्कार, अस्सलाम आलेकुम!"

मग आजोबाही त्याने केलेल्या स्वागताला प्रतिसाद देत म्हणाले, "नमस्ते, वालेकुम अस्सलाम."

मग ते दोघंही सोफ्यावर बसले.

घराच्या आजूबाजूला भरपूर शेळ्या आणि कोंबड्या इतस्ततः पळत होत्या. जणू काही ते या घरचे कुटुंबीय असल्यासारखं वाटत होतं. ते पाहून मुलांना खूप गंमत वाटली. ममता आणि रिया एका कोंबडीच्या मागे पळू लागल्या. विक्रमनं बरेच फोटो काढले; पण अनुष्काला मात्र आजोबांच्या संभाषणात रस होता.

आजोबांनी आपल्या हातातील पिशवी उघडून ते भलंमोठं चांदीचं तबक बाहेर काढलं, मग त्यांनी त्यामध्ये केळी, नारळ, फुलं आणि घरी बनवण्यात आलेले गोड पदार्थ नीट मांडून ठेवले. त्यानंतर ते तबक इब्राहिमच्या हातात देत ते म्हणाले, "इब्राहिम भाई, उद्या रथोत्सव आहे. सकाळी ११ ते १२ या वेळामध्ये रथ ओढत न्यायचा आहे, तर तुम्ही उत्सवाला या आणि नेहमीप्रमाणे तुमची कामगिरी बजावा."

इब्राहिम जोरजोरात हसला. तो म्हणाला, ‘‘मी बऱ्याच दिवसांपूर्वी माझ्या डायरीमध्ये या दिवसाची नोंद करून ठेवलीच होती. मी बहारीनला गेलो होतो, पण या उत्सवात सहभागी होण्यासाठी लवकरच परत आलो. मी हा रथोत्सव कसा चुकवेन बरं? ही तर आमच्या घराण्याची परंपरा आहे. हे आमचं कर्तव्य आहे आणि आम्ही मंदिराची सेवा करतो; त्यामुळे अल्लाचीसुद्धा आमच्यावर मेहेरबानी आहे. आम्हाला त्याचे आशीर्वाद लाभले आहेत. माझा मुलगा आहे ना, बशीर.. त्यालासुद्धा मी हेच सांगितलं आहे. काही झालं तरी हा उत्सव कधीच चुकवायचा नाही; पण आम्हाला निमंत्रण देण्यासाठी तुम्ही इतक्या दूरवर आला नसतात, तरी चाललं असतं.’’

‘‘इब्राहिमभाई, ही आमचीसुद्धा परंपरा आहे. आम्हीसुद्धा आमच्या कर्तव्यात आजवर कधीच चुकलेलो नाही.’’

इब्राहिमने स्मितहास्य करत आजोबांच्या हातातून ते तबक घेतलं. मग ते दोघं सहस्र पूर्णचंद्रदर्शनाच्या सोहळ्याविषयी, कोविडविषयी आणि इतर अनेक घटनांविषयी बोलत बसले. इतक्यात आतून इब्राहिमची पत्नी फातिमा बाहेर आली. तिनं सर्वांना दूध आणि सुकामेवा दिला. मग तिने आजोबांच्या पाया पडून त्यांचे आशीर्वाद घेतले.

‘‘अंकल, मी तुम्हाला पाच वर्षांनंतर भेटते आहे. मी बंगळुरूमध्ये डॉक्टर शेखर यांना अनेकदा भेटते. मी दुसऱ्या कुठल्याही डॉक्टरकडे कधीच जात नाही हे तुम्हाला माहीत आहे ना?’’ फातिमा म्हणाली. ‘‘आणि ही मुलगी कोण?’’ जवळच असलेल्या अनुष्काकडे बघत ती म्हणाली.

‘‘ही आमच्या शेखरची मुलगी. हिच्या शाळेला सुट्टी आहे ना, म्हणून ती सोमनहळ्ळीला आलेली आहे.’’ आजोबा म्हणाले.

फातिमाने अनुष्काला प्रेमानं जवळ घेतलं. मग ती आपला हात अनुष्काच्या डोक्यावर ठेवून म्हणाली, ‘‘बेटा, तूसुद्धा आपल्या वडिलांसारखी मोठी हो आणि सगळ्यांना मदत कर.’’

मग आजोबा उठून उभे राहत म्हणाले, ‘‘आता आम्हाला गेलं पाहिजे. आमच्या घरी कार्यक्रम आहे ना? आता सगळे जण दुपारच्या जेवणासाठी आमची वाट बघत असतील.’’

अनुष्काला तिथे जे झालं त्यातलं फारसं काहीच कळलं नाही; पण आपल्याला परत जाताना आजोबांना काय काय प्रश्न विचारायचे आहेत, याची तिनं मनात नोंद करून ठेवली.

मग बशीर सर्वांचा निरोप घेण्यासाठी बाहेर आला. तो आजोबांच्या हातात एक भलीमोठी पोह्यांनी भरलेली थैली ठेवून म्हणाला, ‘‘ही आमच्याकडून उद्याच्या

रथोत्सवासाठी छोटीशी भेट. चला, मी तुम्हाला सर्वांना नदीपर्यंत पोचवायला येतो.''

ते सगळे जेव्हा नावेत जाऊन बसले, तेव्हा अनुष्का म्हणाली, ''आजोबा, हे इब्राहिम अंकल कोण हो? तुम्ही या इब्राहिम अंकलना कशासाठी बोलावलंत? त्यांनी आपल्याला पोहे का दिले? आणि ते बहारीनहून केवळ या उत्सवासाठी परत का आले?''

''अनुष्का, अगं हा आपल्या परंपरेचा एक भाग आहे. आमचा आणि या इब्राहिमच्या कुटुंबीयांचा फार वर्षांचा परिचय आहे. आमच्या वाडवडिलांपासून आम्ही या इब्राहिमच्या कुटुंबीयांना रथोत्सवासाठी निमंत्रण देत आलो आहोत. आपल्या मंदिरामध्ये जो रथ आहे ना, त्याला दोन दोर आहेत. इब्राहिमच्या कुटुंबीयांमधले दोन लोक ते दोन दोर हातात धरून तो रथ जरासा ओढत पुढे नेतात आणि या उत्सवाचा शुभारंभ करतात. ते हा रथ काही फूट पुढे घेऊन जातात आणि मग त्यानंतर इतर गावकरी त्यांना हातभार लावतात; पण सुरुवात मात्र त्यांच्याच कुटुंबीयांनी करायची असते. ते नेहमीच त्यांच्या शेतात पिकवलेलं काहीतरी या रथोत्सवासाठी भेट म्हणून देतात.''

''पण आजोबा, तुम्ही तर त्यांना फोनवरसुद्धा निमंत्रण देऊ शकला असतात.'' अनुष्का म्हणाली.

''नाही अनुष्का. अगं, हीसुद्धा एक प्रथा आहे. मला आठवतं ना, माझे वडील आणि आजोबासुद्धा असंच करायचे; पण तुला याविषयी जास्त तपशीलवार माहिती मात्र गोपाळआजोबांना विचारावी लागेल. त्यांना नक्कीच याविषयी जास्त माहिती असणार.''

अनुष्काला हे सगळं जरा वेगळंच वाटलं. आपण घरी पोहोचलो की लगेच गोपाळआजोबांना याविषयी विचारायचं, असं तिनं ठरवलं. मग आल्या वाटेने सर्व जण परत घरी गेले. घरी जेवणामध्ये विविध खाद्यपदार्थांची नुसती रेलचेल होती.

सगळ्यांची पोटभर जेवणं झाली. त्यानंतर अनुष्काने आजोबांना आधी जो प्रश्न विचारला होता, तोच आता तिने गोपाळआजोबांना विचारला; पण गोपाळ आजोबांनीसुद्धा तिला तेच उत्तर दिलं. ''मलापण का ते नक्की माहिती नाही; पण ही घराण्याची प्रथा आहे आणि ही आम्ही पाळत आलो आहोत.'' ते म्हणाले. अनुष्काच्या दृष्टीने हे उत्तर काही पुरेसं नव्हतं. ''अजून कुणाला याविषयी काही माहिती असेल का?'' तिनं विचारलं.

''तू यशोदा-कृष्ण मंदिरात जा. कदाचित श्रीनिवास भट गुरुजींना याविषयी काहीतरी जास्त माहिती असेल.''

हरवलेल्या गोष्टीच्या शोधात

पोटभर जेवण झाल्यावर घरातील वडीलधारी माणसं वामकुक्षी करण्यासाठी गेली; पण अनुष्काच्या मनात मात्र एक वेगळाच बेत शिजत होता; त्यामुळे ती एकटीच मंदिरात गेली. मंदिराचे पुजारी श्रीनिवास भट पूजेची उपकरणं स्वच्छ करत होते. ते वयस्कर होते आणि अत्यंत श्रद्धाळू होते.

अनुष्कानं त्यांना स्वतःची ओळख करून दिली आणि म्हणाली, "मी तुम्हाला काही प्रश्न विचारण्यासाठी आले आहे."

"मग तुला जे काही विचारायचं आहे, ते विचार ना, बाळ. तुझ्या प्रश्नांची उत्तरं द्यायला मला आनंदच वाटेल. खरं सांगू का, मला कुणीच कधी काही विचारत नाही. सगळे मंदिरात येतात, मूर्तींचं दर्शन घेतात, मग बाहेरच्या कट्ट्यावर जरा वेळ बसतात, प्रसाद खातात, फोटो घेतात आणि निघून जातात. तुमचे कुटुंबीय इथलेच आहेत, त्यामुळे तुमच्या घरातली मोठी माणसं नेहमी या मंदिरात वेगवेगळ्या पूजा करण्यासाठी येतात. मी तर जन्मापासूनच इथे राहतो आहे. माझे वडीलसुद्धा इथले पुजारी होते आणि त्यांना जे काही येत होतं, ते सगळं त्यांनी मला शिकवलंय; त्यामुळे तुला जे काही विचारायचं असेल, ते विचार."

त्या दिवशी दुपारी इब्राहिम अंकलच्या घरी अनुष्कानं जे काही पाहिलं होतं, ते सगळं तिने त्यांना सांगितलं आणि म्हणाली, "इब्राहिम अंकल आणि त्यांच्या कुटुंबीयांना हा मान कशासाठी देण्यात येतो, ते काही माझ्या लक्षात आलं नाही. आजोबांना आणि गोपाळाजोबांनासुद्धा याचं नीट उत्तर देता आलं नाही. तुम्ही याविषयी मला काही सांगू शकाल का?"

कोणीतरी आपल्याला इतिहासाविषयी काहीतरी प्रश्न विचारतंय, या कल्पनेनं श्रीनिवास भट उत्साहित झाले होते. ते म्हणाले, "माझे वडील म्हणायचे, की

रथयात्रेच्या दिवशी रथाचा दोर ओढण्याचा मान हा इब्राहिमच्या कुटुंबीयांचाच आहे. मला वाटतं, या मंदिराच्या उभारणीमध्ये त्यांच्या कुटुंबीयांचा फार मोठा सहभाग असणार आहे आणि त्यामुळेच त्यांना हा सन्मान देण्यात येत असावा. त्यांच्या कुटुंबीयांपैकी किंवा तुमच्या कुटुंबीयांपैकी कोणीच याविषयी आणखी काही माहिती जाणून घेण्याचा प्रयत्न केला नाही. गंमत म्हणजे तू मला आज हे कसं काय विचारते आहेस?''

तेव्हा आपण सोमनहळ्ळीमध्ये पायऱ्यांची विहीर कशी शोधून काढली होती, त्याविषयी अनुष्कानं त्यांना सांगितलं.

पुजारीबुवा हात-पाय धुऊन बाहेरच्या बाजूला आले. ''हं, आता मला आठवलं, ती पायऱ्यांची विहीर एका लहान मुलीनं शोधून काढली होती, ते टीव्हीवर दाखवलं होतं; पण ती मुलगी तूच आहेस, हे मला माहीत नव्हतं. त्यामुळे तुला या सगळ्या प्रकाराची उत्सुकता नसली, तरच नवल!''

ते ऐकून अनुष्काला हसू फुटलं; पण अजूनही तिच्या मनात खूप सारे प्रश्न होते.

''या ठिकाणी या मंदिराच्या इतिहासाची माहिती देणारा शिलालेख वगैरे आहे का हो?'' अनुष्कानं विचारलं. तिला तिचं स्वत:चं याआधीचं साहस आठवलं. त्या विहिरीच्या पायऱ्यांवरून खाली जात असताना तिला अनेक प्रकारचे शिलालेख सापडले होते, आणि अब्दुल रशीद यांनी त्यांचं भाषांतरसुद्धा केलं होतं.

''हो हो. एक शिलालेख आहे ना; पण मला काही तो वाचता येत नाही. खूप वर्षांपूर्वी एक इतिहासकार इथे आले होते आणि त्यांनी तो लेख कॉपी करून घेतला. तो कशाविषयी आहे याची मी चौकशी करताच ते म्हणाले, 'या प्रदेशाच्या राजाने या मंदिराच्या उभारणीसाठी खूप मोठी देणगी दिली होती, त्या संबंधी तो शिलालेख आहे.' पुढे आम्हाला त्या गोष्टीचा विसर पडला. मग त्याचं पुढे काय झालं, हे आम्हाला माहीत नाही.''

''मी याचा एक फोटो घेऊ का? म्हणजे त्याविषयीची माहिती मला इंटरनेटवरून शोधून काढता येईल.'' अनुष्का म्हणाली.

शिलालेख म्हणजे केवळ काही कथा नसतात, तर त्यापलीकडेही बरंच काही असतं, याची अनुष्काला खात्रीच होती. शिलालेखांमधून गतकाळ जिवंत होऊन बाहेर येतो. कदाचित या छोट्याशा झोपाळलेल्या गावात असलेल्या या मंदिराच्या उभारणीमागची कहाणीसुद्धा अशीच या शिलालेखातून बाहेर येईल.

''आमच्या गावाच्या अकाउन्टन्ट आहेत ना, त्यांचं नाव आहे शीला. त्यांच्याकडेच या गावाच्या संदर्भातल्या सगळ्या हिशोबाच्या वह्या, नोंदणीबुकं

आणि इतर महत्त्वाची कागदपत्रं असतात. तुला हवं तर तू त्यांच्या ऑफिसात जाऊन त्यांची भेट घेऊ शकतेस; पण त्याआधी मी तो शिलालेख तुला दाखवतो.'' श्रीनिवास भट म्हणाले.

मग त्या आजोबांनी अनुष्काला मंदिराच्या प्रांगणामध्ये नेलं. तिथे एक भली मोठी शिळा होती आणि तिच्यावर काहीतरी कोरण्यात आलं होतं. त्या शिळेवर सूर्य-चंद्राच्या प्रतिमा कोरलेल्या होत्या. त्या व्यवस्थित दिसत होत्या; पण त्याखाली कोरण्यात आलेली अक्षरं मात्र नीट दिसत नव्हती. प्रचंड पाऊस झाल्यामुळे शिळेवर शेवाळं जमलेलं होतं; त्यामुळे त्यावरची अक्षरं पुसट झालेली होती. मग त्या दोघांनी शीलाच्या ऑफिसात जाऊन तिची भेट घेण्याचं ठरवलं. ते गाव इतकं छोटसं होतं, की पुजारीबुवा आणि अनुष्का चालतच तिथे गेले.

ते ऑफिस तसं छोटंच होतं; पण ते टापटिपीत ठेवण्यात आलं होतं. खुर्चीवर एक तरुणी बसली होती आणि ती एका कॅल्क्युलेटरमध्ये काहीतरी टाइप करत होती.

शीला लगेच उठून उभी राहिली. आपल्याला भेटायला आलेल्या त्या दोघांना पाहून तिनं लगेच त्यांना बसायला खुर्च्या दिल्या.

''आज तुम्ही इकडे कसे काय आलात?'' शीलानं श्रीनिवास भट यांना विचारलं.

''मॅडम, ही अनुष्का. ही खास रथोत्सवासाठी बंगळुरूहून इकडे आलेली आहे. सोमनहळ्ळीची ती पायऱ्यांची विहीर हिनंच शोधून काढलेली आहे, बरं का. तसंच ही आपल्या गोपाळरावांची नातेवाईक आहे. तिला काही माहिती हवी होती. मला वाटतं तिच्या प्रश्नांची उत्तरं तुम्हीच देऊ शकाल.'' एवढं बोलून पुजारीआजोबा खाली बसले. त्यांचं बोलणं ऐकून शीलाला खूपच आनंद झाला.

''अरे, वा! हे तर फारच छान. हे ऐकून मला इतका आनंद झाला आहे. एका लहानशा मुलीला एवढी उत्सुकता? चल ये. इथे बस बघू आणि मला सांग, तू एवढा कशाचा शोध घेत आहेस?''

''मला अशी माहिती हवी आहे, की इब्राहिमकाका आणि त्यांच्या कुटुंबीयांना रथोत्सवाचा रथ सर्वांत पहिल्यांदा ओढण्याचा जो मान देण्यात येतो, तो कशासाठी? मला असं वाटलं होतं, की मंदिरात जो शिलालेख आहे, त्यावर ही माहिती सापडेल; परंतु त्या शिलालेखाचा मजकूर वाचता येत नाहीये. त्या शिलालेखात नक्की काय लिहिलं आहे, ते तुम्हाला माहीत आहे का?'' अनुष्का म्हणाली.

''थांब हं, आपण शोधायचा प्रयत्न करू. आता या ऑफिसात सगळं काही डिजिटल आहे; त्यामुळे त्याला थोडासा वेळ लागेल; पण आपल्याला ही माहिती नक्कीच मिळेल.'' शीला म्हणाली.

मग तिने आपल्या कॉम्प्युटरपाशी बसून टायपिंग करायला सुरवात केली.

तेवढ्यात पुजारीबुवा म्हणाले, "आता किती बदल झाला आहे ना? जुन्या काळात गावामधल्या अकाउन्टन्टकडे जायचं, म्हणजे त्यांच्या खोलीत इतके जुने पुराणे, धूळ खात पडलेले कागद असायचे आणि नवीन कागदसुद्धा असायचे. छोट्या-छोट्या कामांसाठी आम्हाला तिथे तास न् तास ताटकळत थांबावं लागायचं. एवढंच काय, पण इतक्या वर्षांत आमच्या या गावामध्ये कधीच कुणी महिला अकाउन्टन्ट आलेली नव्हती."

"हो, मला त्याची कल्पना आहे. मी इतिहासामध्ये बी.ए.ची पदवी मिळवली आणि त्यानंतर व्हिलेज अकाउन्टन्टची परीक्षासुद्धा दिली. मी त्या परीक्षेत उत्तीर्ण झाले आणि नंतर मला ही नोकरी मिळाली. मला सर्वांत प्रथम इथेच पाठवण्यात आलं; पण माझं गाव इथून बरंच लांब आहे, ते म्हणजे गुलबर्गा. आमच्या इकडे फारच थोडा पाऊस पडतो. कधी कधी तर पडतसुद्धा नाही. मी जेव्हा पहिल्यांदा इथे आले ना, तेव्हा मला असं वाटलं, की आपण परदेशातच आलो आहोत की काय? कधी कधी तर मला असं वाटतं की मी स्वित्झर्लंडलाच आहे की काय? हे सगळं इतकं सुंदर आहे ना!"

मग शीला जरा वेळ बोलायची थांबली.

"अरे! मला तर या शिलालेखांमध्ये काय आहे, याचे सगळे तपशील सापडले. त्या सगळ्याची इथे नोंद करण्यात आली आहे. अनुष्का, थांब मी तुझ्यासाठी त्याची एक कॉपी काढते."

त्यानंतर शीलाच्या टेबलवरच्या प्रिंटरमधून एक करकरीत कागद बाहेर आला.

"याच्यात काय लिहिलेलं आहे? आमच्या कुटुंबाविषयी त्यात काही आहे का?" अनुष्का म्हणाली.

"तुमच्या कुटुंबाविषयी यात काहीच नाही गं." शीला प्रिंटरमधून कागद हातात घेत म्हणाली. "मंदिराला जी काही देणगी देण्यात आली आहे ना, त्याचे सर्व तपशील यात दिलेले आहेत. तुमच्या आणि इब्राहिमच्या कुटुंबाविषयी त्यात काहीच लिहिलेलं नाही."

ते ऐकून अनुष्काचा चेहरा पडला.

मग शीला पुजारीबुवांकडे जाऊन म्हणाली, "या गावात राहणाऱ्या सगळ्या कुटुंबांच्या इतिहासाची नोंद कुणी करून ठेवतं का? उदाहरणार्थ, आमच्या गावात पूर्वी काही लोकांचा एक गट होता. त्यांनी स्वखुशीने या अशा प्रकारच्या उपक्रमाची जबाबदारी स्वतःच्या अंगावर घेतली होती. या लोकांनी गावातल्या प्रत्येक कुटुंबाच्या कित्येक पिढ्यांच्या इतिहासाची नोंद ठेवण्यास सुरुवात केली होती. त्यांनी प्रत्येक कुटुंबासाठी एक वेगळी वही घातली होती; त्यामुळे कुणाच्याही कुटुंबात कसलीही जरी घटना घडली, तरी त्याची ताबडतोब नोंद ठेवण्यात येत असे; पण पन्नास वर्षांपूर्वी ही प्रथा बंद पडली; कारण हळूहळू कुटुंबं पांगण्यास सुरुवात झाली. काही लोक दुसऱ्या शहरात जाऊन स्थायिक झाले. उदाहरणार्थ, या गटात माझे आजोबासुद्धा हे काम करत असत आणि अगदी आजही त्यातल्या काही वह्या त्यांनी स्वतःकडे सांभाळून ठेवलेल्या आहेत. ते असं सांगतात, की त्या वेळी ते प्रत्येक कुटुंबाला वर्षातून एकदा भेट देत असत आणि त्या कुटुंबामध्ये घडलेल्या जन्म-मृत्यूंची नोंद ठेवत असत; पण त्यांच्यातल्या कुणालाही हे काम करण्यासाठी पगार मिळत नसे. फक्त प्रत्येक कुटुंब आपल्या ऐपतीप्रमाणे आपल्या शेतात पिकलेलं धान्य त्यांना देत असे. पूर्वीच्या काळी कृषिप्रधान समाजामध्ये अशाच प्रकारचं मानधन देण्यात येत असे. आता मात्र हे काम गावातली ग्रामपंचायत करते. तेही मोफत. आमच्या इथे जनगणनासुद्धा होते."

"आपल्या या गावात किंवा शेजारच्या गावात अशा प्रकारचं काम करणारं कुणी तुम्हाला माहीत आहे का हो? तुम्हाला जर असं कोणी माहीत असेल, तर आपल्याला त्याचा नक्कीच फायदा होईल."

त्यावर पुजारीबुवा उठून उभे राहत म्हणाले, "हो, आता मला जरा अंधुकसं आठवतंय. आपल्या गावात मराप्पानं असं काहीतरी काम करायला सुरुवात केली होती. या पंचक्रोशीत असलेल्या सर्व गावांमधल्या सर्व घराण्यांच्या इतिहासाची नोंद ठेवण्याचं काम त्याच्याकडे होतं. मी लहान असताना तो इथे यायचा आणि

सगळ्या वंशावळी लिहून काढायचा; पण त्याला तर मी गेल्या कित्येक दिवसांत पाहिलेलंसुद्धा नाही. तुम्ही जर त्याच्याशी बोललात, तर अनुष्काला त्याची खूप मदत होईल. तुम्हाला हवं तर मीसुद्धा तुमच्याबरोबर यायला तयार आहे.''

''आपण आजच जायचं का?'' अनुष्का शीलाने दिलेला कागद हातात घट्ट पकडून म्हणाली.

''जरा एक मिनिट थांबा. आता मलासुद्धा या प्रकाराची उत्सुकता लागून राहिलेली आहे. हा मराप्पा नक्की कुठे राहतो, तो अजून जिवंत आहे की नाही? आणि त्याच्याकडे काही कागदपत्रं आहेत का? हे सगळं मलासुद्धा पाहायचं आहे.'' शीला उद्गारली.

''मिस्, हे असं जर झालं तर त्याचा आपल्याला फारच उपयोग होईल.'' अनुष्का म्हणाली.

''अग तू मला मिस् कशाला म्हणते आहेस? तू मला शीलाआक्का म्हणालीस, तरी चालेल.'' शीला हसून म्हणाली. ''मला जरा आमच्या नोंदवहीमध्ये त्याच्या घराचा पत्ता शोधून काढू दे. तोपर्यंत तुम्ही काय घेणार?''

''काही नको अक्का. माझं चांगलं पोटभर जेवण झालेलं आहे. मला तरी काहीच नको.''

''अगं, जेवण झालं असेल तरी पाण्याला थोडीशी जागा पोटात असेलच ना?'' शीला म्हणाली.

मग तिने आपल्या सहाय्यकाला सर्वांसाठी शहाळ्याचं पाणी आणायला पाठवलं. सर्वांचं शहाळ्याचं पाणी पिऊन होईस्तोवर शीलाने काही फोन कॉल्स केले.

''मी आत्ता माझ्या एका सहकाऱ्याशी फोनवर बोलले. तो मराप्पा अजूनही हयात आहे, असं त्याने मला सांगितलं आणि आपल्याला भेटून त्याला नक्कीच खूप आनंद होईल, असंही त्याने सांगितलं.''

''अरे वा! हे तर फारच छान झालं. मग मी आता तुमच्याबरोबर बाहेर जात असल्याचं माझ्या आजी-आजोबांना सांगून येते.'' अनुष्का म्हणाली.

''मी आता पट्कन मंदिरात जातो आणि संध्याकाळच्या पूजेचं काम माझ्या मुलावर सोपवूनच येतो; म्हणजे मग मला परत यायला जरा उशीर झाला, तरी काही प्रश्न येणार नाही.'' पुजारीबुवा म्हणाले.

'नाहीतरी मला तरी वेगवेगळ्या लोकांना भेटण्याची संधी परत कधी मिळणार?' त्यांच्या मनात आलं.

''चालेल. मी आता माझा कॉम्प्युटर बंद करते आणि माझी जीप बाहेर काढते.'' शीला म्हणाली.

अनुष्का धावतच गोपाळआजोबांच्या घरी गेली. शीलाच्या ऑफिसपासून ते फार असं काही लांब नव्हतं. घरी जमलेल्या पाहुण्यांपैकी अर्धे लोक आताशी कुठे झोपेतून उठत होते. अनुष्का जेव्हा घरात शिरली तेव्हा सर्वत्र कॉफीचा दरवळ पसरलेला होता. संध्याकाळच्या खाण्यासाठी स्वयंपाकघरामध्ये कडबोळी करण्याचं काम चालू होतं. हवेतला गारठा वाढला होता.

अनुष्कानं आजोबांना शोधून काढलं आणि म्हणाली, "आजोबा, मी जरा जाऊन लवकर परत येते. मी, श्रीनिवास भट आणि शीलाआक्का यांच्याबरोबर जवळच्या गावात चालले आहे."

"का बरं? आणि ही शीलाआक्का कोण?" आजोबा म्हणाले.

त्यावर गोपाळआजोबा म्हणाले, "ती या गावाची नवीन अकाउन्टन्ट आहे. तरुण मुलगी आहे. नेहमी मदतीला तयार असते. मी तिला उद्या आपल्या घरी जेवायला बोलावलं आहे."

मग आजोबांनी मान हलवून अनुष्काला जाण्याची परवानगी दिली.

जरा वेळात शीलानं मंदिरापाशी थांबून श्रीनिवास भट यांना जीपमध्ये घेतलं आणि मग ती अनुष्काला न्यायला आली.

✿

ते सर्व जण १५ मिनिटांतच जवळच्या गावात पोचले. त्या गावाचा अकाउन्टन्ट हार घेऊन शीलाआक्काच्या स्वागतासाठी उभा होता. तिला कुणीतरी कषाय देऊ केलं; पण तिनं नकार दिला. "या सगळ्याची काहीच गरज नव्हती. मी पुन्हा कधीतरी येईन ना. माझ्याबरोबर ही जी मुलगी आहे ना, तिला तातडीनं काही नोंदी बघायच्या आहेत; कारण ती बाळेपुरामध्ये असणार नाहीये. तेव्हा आपण लगेच मराप्पाच्या घरी जायला निघायचं का?"

मग ते सर्व जण तिकडे गेले.

मराप्पा एका छोट्याशा घरात राहत होता. त्याचा मुलगा तीर्थहळ्ळीमध्ये पोस्ट मास्तर होता आणि त्याची मुलगी तुमकुरला राहत होती. तो साधारण सत्तरीच्या घरात होता; पण तो काही एवढा वयस्कर दिसत नव्हता. ते जेव्हा त्याच्या घरापाशी जाऊन पोहोचले, तेव्हा तो बाहेर लाकडं फोडत होता. आपल्याकडे पाहुणे आलेले पाहून त्याच्या चेहऱ्यावर आनंद पसरला.

त्यानंतर त्या सर्वांना पाय धुण्यासाठी बादलीमध्ये गरम पाणी देण्यात आलं. एक तपेली आणि एक स्वच्छ टॉवेलसुद्धा देण्यात आला. हात-पाय धुऊन सर्वांनी घरात प्रवेश केला.

घरात बसायला सोफे वगैरे नव्हते; पण व्हरांड्यात एका खाटेवर जाडजूड अशी घोंगडी अंथरण्यात आली होती. जरा वेळात आतून एका थाळीमध्ये

थोडीशी सुपारी, थोडे दाणे, एका लोटीत पाणी, काही भांडी, एक केळ्याचा घड आणि एका वाडग्यामध्ये गूळ असं सगळं घालून कुणीतरी बाहेर आणून ठेवलं.

ही एवढी सगळी साग्रसंगीत तयारी पाहून अनुष्काला आश्चर्य वाटलं.

"मलेनाडू फार थंड असतं ना? तेव्हा आपण कुणाकडेही गेलो ना, तरी ते लोक आधी आपल्याला पाय धुवायला गरम पाणी देतात. घरात शिरण्याआधी तुम्हाला हात-पाय धुवावे लागतात आणि लगेच थोडा गूळही खावा लागतो. शिवाय इथे सगळीकडे खाटेवर उबदार घोंगडी घालण्यात आलेली असते; त्यामुळे तुम्हाला ऊबसुद्धा मिळते. ही इथली प्रथा आहे." शीला म्हणाली.

पण सर्व जण जमिनीवरच बसले. त्या घरातली मुलं सलवार-कमीज घातलेल्या शीलाकडे, जीन्स घातलेल्या अनुष्काकडे आणि धोतर नेसलेल्या त्या म्हाताऱ्या माणसाकडे टकमका बघत होती. ते सगळंच फार विचित्र वाटत होतं.

मग शीलानं सर्वांना बाहेर जायला सांगितलं आणि ती मराप्पाकडे पाहून म्हणाली, "मराप्पाआण्णा, नमस्ते. ही अनुष्का. ही आपल्या गोपाळरावांची नातेवाईक आहे बरं का. त्यांचं घराणं गेल्या कित्येक पिढ्यांपासून आपल्या मंदिरासाठी खूप काही करत आलेलं आहे; तेव्हा तुम्ही आम्हाला या कुटुंबाविषयी आणखी काही माहिती देऊ शकाल का? हे लोक इकडे कधी आले? त्यांच्या घराण्याच्या रूढी आणि परंपरा काय आहेत? तुमच्याकडे जी काही माहिती असेल ना, त्याचा आम्हाला खूप उपयोग होईल." ती म्हणाली.

मग मराप्पाने डोळ्यांवर चष्मा चढवला आणि तो आपल्या जुन्या वह्या काढण्यासाठी खोलीतल्या लोखंडी कपाटापाशी गेला.

"हो, मला त्याची कल्पना आहे. त्यांची वंशावळ माझ्याच वाडवडिलांनी लिहिलेली आहे." मराप्पा म्हणाला. "आता त्यांचं कुटुंब बऱ्याच ठिकाणी विखुरलेलं आहे; पण त्याचं काय झालं, माझ्या मुलाला नोकरी मिळाली ना, त्यामुळे त्याने मला हे काम थांबवण्यास सांगितलं. शिवाय बऱ्याच कुटुंबांनी आमच्याशी आता संपर्क ठेवलेलाच नाही. देवाची आमच्यावर कृपा आहे. माझ्या मुलाचं चांगलं चाललं आहे. त्याच्या मुलांपैकी एक सिंगापूरला आणि दुसरा ऑस्ट्रेलियाला आहे. त्यांनी मला एक जमिनीचा छोटासा तुकडा घेऊन दिला आहे. याआधी कधी आमच्या मालकीची जमीन नव्हती. मी त्या सगळ्या जुन्या नोंदी लिहिलेल्या वह्या फेकून द्याव्या असं त्या सगळ्यांचं म्हणणं आहे. कधी कधी मलासुद्धा असं वाटतं की हे सगळं आपण फेकूनच द्यावं; कारण कोणी याच्याविषयी साधी चौकशीसुद्धा करत नाही; पण माझं मन मला तसं करू देत नाही. 'एकदा मी गेलो की तू याचं काय पाहिजे ते कर', असं माझ्या मुलाला सांगून ठेवलं आहे. गेल्या कित्येक वर्षांत याची चौकशी करायला माझ्याकडे

येणारे तुम्ही पहिलेच आहात. मला वाटतं याच्या आधी या कपाटातून मी ही पुस्तकं कुणालातरी चाळीस वर्षांपूर्वी काढून दाखवली होती. ही बघा, ही वही देसाई कुटुंबीयांचीच आहे.'' असं म्हणत मराप्पानं एक भली मोठी फाटकी वही बाहेर काढली.

''देसाई? पण मी तर हे आडनाव कधीच ऐकलेलं नाही.'' अनुष्का बुचकळ्यात पडून म्हणाली.

''कदाचित असं असेल की जशी वर्षं गेली, तसं लोकांनी हे आडनाव वापरणं बंदच केलं असेल; पण आमच्याकडे नोंद आहे ना.'' असं म्हणून मराप्पानं दिवे लावले आणि ती वही उघडली.

अनुष्का म्हणाली, ''पण त्याआधी तुम्ही मला असं सांगा, इब्राहिम अंकल या रथोत्सवाचं उद्घाटन का करतात? त्यांचा या सगळ्याशी काय संबंध? आणि यशोदा-कृष्ण मंदिरामध्ये जो शिलालेख आहे, त्यावर काय लिहिलंय? त्याचा अर्थ काय?''

''हो, ते सगळं मी तुला व्यवस्थित समजावून सांगेन. त्यात काहीच अडचण नाही; पण तू जरा धीर धर. तुझ्या प्रत्येक प्रश्नाचं उत्तर तुला मिळेल.'' असं म्हणून मराप्पाने हळूच एका भल्या मोठ्या पुस्तकातून एक छोटीशी वही बाहेर काढली. त्यावर लिहिलेलं होतं, 'यशोदा- कृष्ण.'

सत्याची उकल

मलेनाडूचा राजा बसप्पा पाळेगार याला दोन मित्र होते. एक होता वीर नायक, तर दुसरा होता बरम नायक. त्यांची अगदी घट्ट मैत्री होती आणि त्यांना एकमेकांच्या सहवासामध्ये खूप मजा येत असे. वीर नायक हा जरा संतापी स्वभावाचा होता. बरम नायक हा त्या मानाने शांत होता. त्या दोघांनाही एकेक बहीण होती. दोघांच्याही बहिणी लग्नाच्या वयाच्या झाल्या होत्या. आपल्या बहिणीचं लग्न राजा बसप्पा याच्याशी व्हावं असं दोघांनाही वाटत असे; पण ते दोघेही राजाचे मित्र असल्यामुळे राजापुढे हा विषय कसा काढावा हे दोघांनाही कळत नव्हतं.

एक दिवस राजा बसप्पा पाळेगार यानं आपण लवकरच वसंतोत्सव आयोजित करणार असल्याची घोषणा केली. हा एक खूप मोठा आनंदाचा सोहळा असणार होता. त्यात भलीमोठी मेजवानी असणार होती, नृत्य, वादन, गायन इत्यादी कार्यक्रम असणार होते. त्याने त्याच्या सर्व मित्रमंडळींना आणि कुटुंबीयांना निमंत्रण दिलं होतं. त्या उत्सवामध्ये एक तरुण मुलगी अतिशय सुंदर गात होती. राजाचं लक्ष तिच्याकडे वेधलं. तिचा गळा इतका गोड होता, की जणू काही त्यातून मधच पाझरत असावा, असं वाटत होतं. आपला मित्र बरम नायक याची ती बहीण असल्याचं राजाला समजलं. तिचं नाव सुनंदा होतं. दुसऱ्याच दिवशी राजानं बरम नायक यांच्या घरी आपला दूत पाठवून तिला लग्नाची मागणी घातली. बरमच्या कुटुंबीयांनी हा प्रस्ताव अत्यंत आनंदानं मान्य केला.

योगायोगाने त्याच दिवशी वीर नायक यानेसुद्धा अखेर मनाचा हिय्या करून आपल्या बहिणीच्या लग्नाचा प्रस्ताव बसप्पापुढे ठेवला; परंतु एव्हाना राजा बसप्पा हा सुनंदाच्या प्रेमात पडलेला होता. ही गोष्ट वीर नायक याला सहन झाली नाही. तो संतप्त झाला आणि थोड्यांच दिवसांत ते मित्र एकमेकांचे कट्टर शत्रू बनले.

तिकडे सुनंदा आणि बसप्पा यांचा विवाह संपन्न झाला. दोघांचा सुखाचा

संसार सुरू झाला.

एक दिवस एक तरुण मुलगा राजा बसप्पाच्या दरबारात येऊन म्हणाला, "महाराज, माझं नाव परशुराम. मी एक अनाथ मुलगा आहे. माझ्या आई-वडिलांचा युद्धाच्या दरम्यान मृत्यू झाला. माझे वडील सैनिक होते; त्यामुळे त्यांनी मला युद्धशास्त्राचं संपूर्ण शिक्षण दिलेलं आहे. मला नोकरी मिळेपर्यंत मी तुमच्या आश्रयास राहू का?"

राजा बसप्पा अत्यंत कनवाळू होता. संकटात सापडलेल्या या मुलाला मदत करण्यात त्याला काहीच गैर वाटलं नाही. त्यानं ताबडतोब आपल्या राजवाड्यातच त्या मुलाच्या निवासाची व्यवस्था केली.

राजाच्या प्रधानाला मात्र या सगळ्या प्रकरणात काहीतरी काळंबेरं असल्यासारखं वाटत होतं. तो म्हणाला, "महाराज, या मुलाला राजवाड्यात आश्रय देण्यापूर्वी आपण त्याच्याविषयी आणखी थोडी माहिती काढून घेतलेली बरी, असं मला वाटतं. हा मुलगा आपल्या राज्यात कशासाठी आला असेल बरं?"

"तो तर एक तरुण मुलगा आहे. तो माझं असं काय वाकडं करणार आहे? तसाही तो इथे थोडे दिवसच राहणार आहे आणि समजा त्याचा हेतू वाईट असल्याचं जर आपल्या लक्षात आलं, तर आपण त्याला इथून घालवून देऊ." बसप्पा म्हणाला.

अशा तऱ्हेनं परशुराम राजाच्या राजवाड्यात पुढची कित्येक वर्षं मुक्काम ठोकून राहिला. त्याचं वागणं, बोलणं अतिशय उत्तम होतं. तसा तो अगदी शांत आणि अबोल होता. कुणाच्या अध्यात मध्यात नसायचा.

पण एक दिवस मात्र तो अचानक राजवाड्यातून गायब झाला. पुढचे कित्येक दिवस सर्वांनी त्याचा सगळीकडे शोध घेतला; पण त्याचा काही उपयोग झाला नाही. अखेर काही दिवसांनंतर ते शोधकार्य थांबवण्यात आलं. मलेनाडूमध्ये घनदाट अरण्यं होती आणि अनेक नद्यासुद्धा होत्या; त्यामुळे तो कदाचित एखाद्या नदीत बुडून मरण पावला असावा किंवा त्याला एखाद्या रानटी श्वापदानं खाल्लं असावं, असंच सर्वांना वाटलं.

काही काळानंतर सुनंदाला दिवस राहिले. त्यानंतर सर्वांनाच परशुरामचा विसर पडला. सर्व जण सुनंदाची काळजी घेण्यात त्याचप्रमाणे त्यांच्या राजाच्या आणि राणीच्या पहिल्यावहिल्या अपत्याच्या आगमनाच्या तयारीत मश्गूल झाले.

पण सत्य तर काही वेगळंच होतं. परशुराम हा काही नुसता अनाथ मुलगा नव्हता. तो एक गुप्तहेर होता. राजाच्या राजवाड्यात इतकी वर्षं राहून त्याने राजाच्या आणि त्याच्या सैन्याच्या सर्व हालचालींवर बारकाईनं नजर ठेवली होती. राजधानीमध्ये कुठे कुठे गुप्त दरवाजे आहेत आणि कुठे गुप्त भुयारं आहेत हेही

त्याने पाहून ठेवलं होतं.

असंच एकदा रात्रीच्या वेळी राजा वीर नायक यानं या परशुरामच्या मदतीने बसप्पा पालेगार याच्या विरोधात युद्ध पुकारलं.

आता मात्र बसप्पा मोठ्या संकटात सापडला. त्याची राणी कोणत्याही क्षणी प्रसूत होणार होती; पण तिची व्यवस्था दुसरीकडे करण्याइतका वेळसुद्धा त्याच्याकडे नव्हता.

पण सुनंदानं आपल्या पतीची समजूत काढली.

"तुम्ही काही काळजी करू नका. मी यशोदेला घेऊन माझ्या भावाच्या घरी राहायला जाते आणि तुम्ही युद्धावरून परत येईपर्यंत मी तिथेच राहते. यशोदा ही माझी जरी नोकराणी असली तरी ती अत्यंत विश्वासू आहे. त्याचबरोबर ती धाडसी आणि खंबीर आहे. ती माझी नक्कीच काळजी घेईल. मी तिच्या मदतीनं तुंगा नदी पार करून पलीकडे माझ्या भावाकडे जाईन."

राजाला या बाबतीत आता तडकाफडकी निर्णय घ्यावा लागणार होता. मग त्यानं एकदा यशोदाकडे निरखून पाहिलं. ती दिसायला अगदी साधीसुधी होती; पण राजाच्या मनात काय चाललं आहे, हे तिच्या लगेच लक्षात आलं. ती म्हणाली, "महाराज, तुम्ही काही काळजी करू नका. माझा पती तुमच्याच सेनेमध्ये आहे. तो तुमचा अंगरक्षक आहे. तोही तुमच्याबरोबर या युद्धावर येणार आहे. आपल्या राणीची, तसंच तुम्हा दोघांच्या होणाऱ्या बाळाची काळजी घेणं हे माझं कर्तव्य आहे. हे राज्य मला माझ्या प्राणांहूनही प्रिय आहे. मी तुम्हाला आत्ता एक वचन देते, कोणीही राणीकडे वाकडा डोळा करून पाहण्याआधी त्यांची माझ्याशी गाठ आहे. मला तलवार चालवता येते. मी आपल्या राणीचं रक्षण नक्कीच करेन."

जड अंतःकरणानं राजा बसप्पानं त्या दोघींचा निरोप घेतला आणि तो राजवाड्यातून बाहेर पडला.

यशोदाचा मुलगा कृष्णा हा पाच वर्षांचा होता. मग यशोदानं पुढची तयारी सुरू केली.

सगळीकडे काळोखाचं साम्राज्य पसरत चाललं होतं. यशोदानं स्वतःचे काही दागदागिने आणि थोड्याशा वनौषधी घेऊन त्या एका पुरचुंडीत ठेवून बरोबर घेतल्या. त्यानंतर तिनं आपल्या मुलाला आपल्या पाठीशी बांधलं. त्या अंधाऱ्या रात्रीच ते सर्व जण निघाले.

तो प्रवास फारच खडतर होता. राणीला तर चालणंसुद्धा कठीण झालं होतं. यशोदाच्या डोक्यावर त्यांचं सामान होतं. तिच्या एका हातात तलवार होती आणि तिच्या पाठीला तिचं मूल बांधलेलं होतं. त्या दोघी झपझप पावलं टाकत नदीच्या

दिशेने निघाल्या. यशोदाच्या ओठांवर देवाचं नाव होतं.

शत्रूनं कोणत्याही क्षणी त्यांच्यावर घाला घातला असता किंवा एखादं वन्य श्वापद त्यांच्यावर चाल करून आलं असतं.

चालता-चालता त्या दोघी एका भल्यामोठ्या वटवृक्षाच्या जवळ पोचल्या. इतक्यात राणीच्या पोटात दुखू लागलं. तिला प्रसूतीवेदना सुरू झाल्या होत्या. आता इथून पुढचा प्रवास करून कुठेही जाणं अशक्य होतं.

त्यामुळे त्या गडद अंधारात, रात्रीच्या वेळी, चंद्राचा प्रकाशसुद्धा पुरेसा नसताना आणि मुसळधार पाऊस कोसळत असताना राणीनं एका मुलाला जन्म दिला.

राणीला रडू कोसळलं. "यशोदा, आता काही आपण माझ्या भावाच्या घरी पोचू शकणार नाही. आपल्यावर शत्रूची सर्व बाजूंनी नजर आहे."

यशोदा राणीला धीर देत म्हणाली, "राणीसाहेब, तुम्ही अजिबात काळजी करू नका. आपल्याला एखादी गोष्ट जमणार नाही असा जर आपण विचार करत राहिलो, तर ती गोष्ट आपल्याला जमत नाही; पण आपल्याला हे जमेल, असा तुम्ही विश्वास बाळगा. तुम्ही तुमच्या बाळाला तुमच्या छातीशी घट्ट बांधा आणि माझ्याबरोबर चला."

जणू काही तुंगा नदी अश्रू ढाळत होती. नदीच्या पात्रातील पाण्याची पातळी नेहमीपेक्षा बरीच वाढलेली होती.

पण यशोदा मात्र किंचितही विचलित झालेली नव्हती. आपण आता कसंही करून लवकरात लवकर नदीचं पात्र ओलांडून पलीकडे जायलाच हवं, इथे उद्या सकाळपर्यंत थांबण्यात काहीही अर्थ नाही, असं तिला मनोमन वाटत होतं. त्यात तिला नदीच्या काठापाशी एक होडी दिसली. तिने आधी राणीला आणि तिच्या नवजात बाळाला त्या होडीत बसवलं. त्यानंतर ती स्वतः त्या होडीत उतरली. तिनं सर्व शक्तिनिशी ती होडी वल्हवण्यास सुरुवात केली.

नदीच्या दुसऱ्या तीराला जाणं हे महाकर्मकठीण काम होतं. कुठल्याही क्षणी नदीच्या प्रवाहात त्यांची होडी उलटली असती; पण यशोदेनं प्रयत्नांची शिकस्त करून कशीबशी ती होडी नदीच्या पलीकडच्या तीराला आणून लावली. मग आधी तिनं राणीला आणि तिच्या तान्ह्या बाळाला खाली उतरण्यास मदत केली.

ती म्हणाली, "राणीसाहेब, तुम्ही तुमच्या बाळाला घेऊन उतरा आणि सामान घेऊन नदीच्या काठावर उभ्या राहा. त्यानंतर मी माझ्या मुलाला घेऊन काठावर उडी मारते; म्हणजे होडी डगमगणार नाही."

राणीनं यशोदेच्या सूचनेचं पालन केलं.

पण नदीच्या पाण्याचा वेग इतका प्रचंड होता, की यशोदा पाण्यात गटांगळ्या

खाऊ लागली. तिनं कृष्णाला आपल्या पाठीशी घट्ट बांधलं होतं; त्यामुळे त्याची आणि तिची ताटातूट मात्र झाली नाही. पाण्याच्या प्रवाहानं यशोदेला आणि कृष्णाला प्रचंड वेगानं आपल्याबरोबर खेचून दूरवर नेलं.

राणी नदीच्या तीरावर कितीतरी वेळ यशोदेची आणि तिच्या मुलाची वाट बघत बसून राहिली. तिनं यशोदेला अनेकदा हाका मारल्या; पण त्याचा काहीच उपयोग झाला नाही. अखेर पहाट झाली. तुंगा नदीनं यशोदेला आणि तिच्या मुलाला गिळंकृत केलं आहे, अशी राणीची खात्री पटली.

राणीच्या डोळ्यांतून घळाघळा अश्रू वाहू लागले.

राणी सुनंदाची नुकतीच प्रसूती झालेली होती. ती अत्यंत थकली होती.

थोड्याच वेळात तिला दोन सैनिक तिच्या दिशेने चालत येताना दिसले. त्यांनी आपल्या राणीला ताबडतोब ओळखलं आणि तिच्यासाठी एक पालखी मागवून घेतली. जरा वेळात राणी राजवाड्यात परत पोचली- ती सुरक्षित होती. ती संकटातून वाचली होती; परंतु ती मनातून मात्र दुःखीकष्टी होती. तिनं कृष्णाचा आणि यशोदेचा बराच वेळ शोध घेतला; पण ते तिला कुठेच सापडले नाहीत. दुसऱ्या दिवशी बातमी आली, मुसळधार पावसामुळे तुंगा नदीला पूर आला होता आणि त्यात अनेक लोकांनी आपले प्राण गमावले होते. यशोदेचा जीव जर वाचला असता, तर ती नक्की आपल्याकडे आली असती, याची राणीला खात्री होती.

✿

इकडे यशोदा आणि कृष्णा हे तुंगा नदीच्या त्या महापुरात बुडताबुडता कसेबसे वाचले. पाण्याच्या प्रवाहानं त्यांना दूरवर खेचून एका अज्ञात ठिकाणी नेऊन टाकलं. यशोदानं कृष्णाला आपल्या पाठीशी इतकं घट्ट बांधून ठेवलं होतं, की ते दोघं एकत्रच होते; पण यशोदेच्या बाळाला आता मात्र श्वास घेणं कठीण होत चाललेलं होतं. यशोदेला त्याच्या प्रकृतीची काळजी वाटू लागली. आपण आता नक्की कुठे आहोत आणि इथून आपण कुठे जाणार, याची तिला काहीच कल्पना नव्हती.

आपण कुठल्याही परिस्थितीत या संकटातून बाहेर पडायचं, असा यशोदेनं ठाम निर्धार केला होता. काहीतरी चमत्कार घडेल आणि कुणीतरी येऊन आपली आणि आपल्या बाळाची सुटका करेल, यावर तिचा मुळीच विश्वास नव्हता. त्यामुळे असा काही चमत्कार घडेल या आशेनं वाट बघत बसून राहणं तिला मंजूर नव्हतं. मग तिने इकडे-तिकडे पाहिलं आणि तिच्या एक लक्षात आलं, की तिथून एक छोटासा रस्ता रानात शिरला होता. आता आपण या रस्त्याने चालू लागायचं आणि जवळपास कुठे एखादं गाव लागतंय का, ते पाहायचं, असं

तिनं ठरवलं.

ती मोठ्या कष्टाने चालू लागली. जरा वेळात तिला एक माणूस नदीकडे निघालेला दिसला. त्याबरोबर तिने त्याला मदतीसाठी हाक मारली. तो माणूस यशोदेकडे पाहून म्हणाला, ''अगं बाई, तू इथे कशाला आली आहेस? हे ठिकाण किती भयंकर आहे! इथे आजूबाजूला फारशी मनुष्यवस्ती नाही. तुझं नाव काय? तू कुठून आली आहेस?''

''अण्णा, माझं नाव यशोदा. मी वाट चुकले आहे. आता कुठे जायचं हेच मला ठाऊक नाही. माझं बाळ आजारी आहे, त्याला मदतीची तातडीनं गरज आहे आणि मला तर झाडपाल्यांच्या औषधांविषयी काहीच माहिती नाही; त्यामुळे तुम्ही जर मला तुमच्या गावात घेऊन गेलात, तर तिथे मला त्याच्यावर उपचार करता येतील. तुम्ही मला मदत करा.''

त्या माणसानं कृष्णाकडे पाहिलं. कृष्णा फारच आजारी दिसत होता.

''माझं नाव मोहम्मद. माझे कुटुंबीय इथे रानातच राहतात, गावात नाही; पण तू आमच्या घरी चल आणि तुला पाहिजे तितके दिवस तू आमच्या घरी राहा; पण या औषधी वनस्पतींचा शोध मात्र तुझा तुलाच घ्यावा लागेल.''

असं म्हणून त्यानं त्या बाळाला आपल्या खांद्यावर घेतलं आणि मग दोघं त्या घनदाट रानामधून वाट काढत चालू लागले.

थोड्याच वेळात यशोदेला एका तळ्याच्या काठी एक झोपडी दिसली. आदल्या दिवशी झालेल्या महाभयंकर पावसामुळे त्या झोपडीची अवस्था फारच वाईट झालेली होती. काही स्त्रिया एकत्र येऊन ती मोडकळीला आलेली झोपडी परत नीट उभी करण्याचा प्रयत्न करत होत्या.

अखेर ते दोघं त्या झोपडीपाशी येऊन पोचले. झोपडीत शिरल्यावर यशोदेच्या असं लक्षात आलं, की ते कुटुंब फारच गरीब होतं. त्यांच्याकडे जे काही किडुकमिडुक होतं, तेसुद्धा सगळं या पुरात वाहून गेलं होतं.

मोहम्मदनं आपल्या कुटुंबीयांना जवळ बोलावलं आणि तो म्हणाला, ''ही बाई नदीतून वाहत आपल्या इथे येऊन पोचली आहे. ती रस्ता चुकली आहे. मी नदीकडे चाललेलो असताना ही मला वाटेत भेटली. आता इथून पुढे काय करायचं, कुठे जायचं हे तिला कळेपर्यंत पुढचे काही दिवस ती आपल्याच घरी राहील. आपल्याला हिची काळजी घेतली पाहिजे. हिचं बाळ खूपच लहान आहे.''

त्यावर तिथली एक बाई म्हणाली, ''पण भाईजान, या पुरामध्ये आपल्या घरातलं सगळं अन्न वाहून गेलं आहे. आता आपल्याकडे अगदी थोडंफार कोरडं धान्य शिल्लक आहे.''

खरं तर या पुरात त्या कुटुंबाचं सर्वस्व वाहून गेलेलं होतं. तरीसुद्धा त्यांच्याकडे जे काही थोडंफार अन्न होतं, तेच त्यांनी यशोदा आणि कृष्णा यांच्याबरोबर वाटून खाल्लं. त्या कुटुंबातील लोकांनी त्या दोघांची जणू काही आपल्या घरच्या माणसांप्रमाणे आपुलकीनं काळजी घेतली; परंतु यशोदेने मात्र त्यांच्यापाशी राणीचा, राजाचा किंवा त्या युद्धाचा विषय काढला नाही.

पुढचे काही दिवस काही वनौषधींच्या साहाय्याने यशोदेनं कृष्णावर तिला जमतील तसे उपचार करण्यास सुरुवात केली; पण कृष्णाच्या तब्येतीत फारशी सुधारणा होत नव्हती. मग तिला एक गोष्ट कळून चुकली, याला घेऊन आपण दुसऱ्या गावाला जायला हवं आणि त्याच्यावर नवीन, वेगळ्या पद्धतीचे उपचार व्हायलाच हवेत.

खरं तर यशोदा खूप धीराची होती; परंतु या वेळी मात्र आयुष्यात पहिल्यांदाच ती इतकी खचून गेली होती. तिला खूपच असहाय्य वाटत होतं.

मोहम्मदनं तिच्या मनाची अवस्था ओळखली आणि तो म्हणाला, "मला इथे जे काही थोडेफार मासे मिळतील, ते घेऊन मी जातो आणि इथल्या मोठ्या रस्त्यावर ते विकायला बसतो. तुझ्यासाठी जेवढं शक्य असेल तेवढं मी नक्की करीन; पण तो रस्ता इथून जरासा लांब आहे. मला जर समजा तुझ्या जाण्याची व्यवस्था करता आली, तर तुझ्या मुलावर ज्या ठिकाणी व्यवस्थित उपचार होऊ

शकतील, अशा एखाद्या ठिकाणी मी तुला नक्की पाठवीन. तू माझ्याबरोबर चल. आपण निदान प्रयत्न तर करू.''

नाईलाजानं का होईना पण यशोदेनं या बेताला संमती दिली; कारण तिच्यासमोर दुसरा काहीच पर्याय नव्हता.

खरं तर मोहम्मद मासे विकण्यासाठी एवढ्या दूरचं अंतर कापून कधीच जात नसे; पण त्या दिवशी मात्र मोहम्मदनं आणि त्याच्या आईनं टोपलीभर मासे विकायला घेतले आणि ते दोघं यशोदेला आणि कृष्णाला बरोबर घेऊन मुख्य रस्त्याकडे निघाले. तिथे गेल्यावर त्यांचे मासे बऱ्यापैकी विकले गेले आणि त्यांना थोडेसे पैसे मिळाले.

त्यांना वाटेत अनेक बैलगाड्या दिसल्या, त्याचप्रमाणे बरेच पादचारी लोकसुद्धा भेटले. ते सर्व जण दक्षिणेच्या दिशेनं प्रवासाला निघाले होते. त्याचबरोबर काही संन्याशांचा गट पायी चालत त्याच दिशेने निघाला होता.

यशोदेनं त्यांच्यापैकी एका संन्याशाला विचारलं, ''तुम्ही कुठे निघाला आहात?''

''आम्ही कूडलीला चाललो आहोत.''

''ते एक मोठं गाव आहे का?'' यशोदा म्हणाली.

''ते एक धार्मिक स्थळ असून तिथे अनेक विद्वान लोक राहतात.''

''त्या गावात कोणी वैद्य असतील का?''

''हो, काही संन्यासी तिथे वैद्यकीय व्यवसायसुद्धा करतात.''

''मी तुमच्या बरोबर येऊ का?'' यशोदा हात जोडून त्यांच्या विनवण्या करत म्हणाली.

''ते शक्य होईल असं काही वाटत नाही. ते गाव इथून बरंच लांब आहे आणि तुझं हे बाळ तर किती आजारी आहे! आमची दृष्टी केवळ आमच्या ध्येयावर खिळलेली असते. आम्ही कोणत्याच पाशात गुंतून पडत नाही. तेव्हा तू एखाद्या कुटुंबाच्या सोबतीनं तिकडे यावंस हे उत्तम.'' असं म्हणून तो संन्याशांचा घोळका पुढे निघून गेला.

त्याच वेळी इकडे मोहम्मद रस्त्यात जी कुठली बैलगाडी दिसेल तिला थांबवून 'यशोदेला कूडलीला नेणार का?' अशी विचारणा करत होता. काही लोकांनी आपल्याकडे जागा नसल्याचं सांगून नकार दिला, तर काही लोकांना एवढं आजारी बाळ आपल्याबरोबर घेऊन जाण्याची भीती वाटत होती.

कुठेही आशेचा किरण दिसेना. यशोदेच्या डोळ्यांतून घळाघळा अश्रू वाहू लागले; पण मोहम्मदनं तिची समजूत घातली.

''तू असा धीर सोडू नको, आपल्याला नक्कीच काहीतरी मार्ग सापडेल.'' तो म्हणाला.

तेवढ्यात तिकडून एक बैलगाडी आली. त्यामध्ये केवळ काही वयस्कर लोक बसले होते. ते एका वेगळ्याच भाषेत एकमेकांशी बोलत होते. मोहम्मदनं त्यांना थांबवलं आणि यशोदेला आणि कृष्णाला त्यांच्याबरोबर घेऊन जाण्याची विनंती केली.

"पण तुम्ही पैसे किती देणार?" गाडीवान म्हणाला.

मोहम्मदनं आपल्या हातातील थैली उघडून पाहिली. त्याच्याकडे केवळ काही आणेच शिल्लक होते.

तो म्हणाला, "माझ्याकडे एवढेच पैसे आहेत."

यशोदा म्हणाली, "अजिबात नाही. ही तुमची दिवसभराची कमाई आहे. तुमचे कुटुंबीय भुकेने कळवळत असतील."

"बहन, तू काळजी करू नको. एक-दोन दिवस आम्हाला उपास घडला, तरी काही हरकत नाही; पण निदान तुझ्या बाळाचा जीव तरी वाचेल."

बसलेल्या प्रवाशांपैकी एकानं यशोदेकडे पाहिलं. तिची साडी फाटकी होती, डोळे पाण्याने भरले होते आणि तिनं आपल्या आजारी बाळाला पाठुंगळी घेतलं होतं. तिची परिस्थिती जाणून त्यानं तिला आपल्या गाडीत घेतलं.

तो मोहम्मदकडे वळून म्हणाला, "तू काही काळजी करू नको. मी वासुदेव शेट्टी तुला वचन देत आहे." मग तो गाडीवानाकडे वळून म्हणाला, "हे बघ, त्यांच्याकडून काहीही पैसे घेऊ नको. तिच्या वाटचे पैसे मी देईन."

मोहम्मदनं सुटकेचा निःश्वास सोडला. हा प्रवासी कोण होता, ते काही त्याला ठाऊक नव्हतं; पण तो ज्या अधिकारवाणीनं बोलला, ते ऐकून त्याच्या जिवात जीव आला.

तो यशोदेकडे वळून म्हणाला, "अल्लानं मला आज एक नवीन बहीण दिली आहे. मी आता मोठ्या जड हृदयाने तुला निरोप देत आहे; पण तुझ्या मुलाला बरं वाटू दे."

मग त्याने त्याच्याजवळ जी काही थोडीफार चिल्लर होती, ती यशोदेच्या हातात ठेवली. तो तिला म्हणाला, "हे एवढे पैसे तरी तू ठेवून घे. तुला कदाचित याची गरज पडेल. खुदा हाफीज, इन्शाल्ला."

यशोदेनं त्याचे अगदी मनापासून आभार मानले. त्यानंतर ती बैलगाडीत जाऊन बसली. मोहम्मदनं एक सुस्कारा सोडला. यशोदा आणि कृष्णा त्यांना पाहिजे तिथे सुरक्षित जाऊन पोचतील, अशी त्यानं मनोमन आशा केली.

✿

प्रवास खूप वेळ चालला होता. अखेर चार दिवसांनंतर वासुदेव शेट्टी आणि त्यांचे सहप्रवासी कूडलीला जाऊन पोचले.

त्यांनी यशोदेसाठी काही कपडे विकत घेतले. खाण्यासाठी थोडे पदार्थ विकत घेतले. कूडलीपर्यंतच्या प्रवासात वाटेत जिथे जिथे त्यांनी मुक्काम केला, तिथे यशोदाची आणि तिच्या मुलाचीसुद्धा त्यांनी अगदी व्यवस्थित सोय केली. कूडलीला पोचेपर्यंत त्यांनी त्या दोघांची अगदी नीट काळजी घेतली.

प्रवासात यशोदेला अशी माहिती मिळाली, की वासुदेव शेट्टी आणि त्याच्याबरोबरची मंडळी आलमपूरहून आलेली होती. ते सर्व जण व्यापारी होते आणि व्यापारासाठी ते दौऱ्यावर गेले होते. ते सगळे तेलुगू बोलत होते; पण त्यांना कन्नड भाषासुद्धा येत होती. बसाप्पा पाळेगार यांच्याशी त्यांचे चांगले संबंध होते. तिला त्यांच्याकडून असंसुद्धा कळलं, की युद्धानंतर राजाचं आणि राणीचं काय झालं, याविषयी कुणालाही काहीही बातमी समजलेली नव्हती. एकंदर व्यापारी क्षेत्रातसुद्धा मंदी चालू होती. आता वासुदेव शेट्टी आणि इतर व्यापारी आपल्या मूळ गावी जायला निघाले होते.

ते असे चालले असतानाच वाटेत त्यांना यशोदा आणि कृष्णा हे दोघे भेटले.

यशोदा आजवर मलेनाडूच्या बाहेर कधीच गेलेली नव्हती. या प्रवासात त्यांना वेगवेगळी गावं, वेगळे प्रदेश लागले; म्हणून ती आश्चर्यचकित झाली. तिचं ज्ञान फक्त तुंगा नदीपुरतंच मर्यादित होतं. आपण जणू काही परदेशप्रवासाला निघालो आहोत, असं तिला वाटत होतं. कन्नड बोली भाषा तिला थोडीफार समजत होती; पण अन्नाची चव, कपडे आणि वागण्याच्या पद्धती हळूहळू बदलत चालल्या होत्या. तुंगा नदीचं पात्रसुद्धा आता खूप रुंद झालं होतं. नदीच्या दोन्ही बाजूंना घनदाट अरण्यं होती. आता तिला सगळं अनोळखी वाटू लागलं होतं. एव्हाना तिची वासुदेव शेट्टींशी बऱ्यापैकी ओळख झाली होती; त्यामुळे ती त्यांच्याशी मोकळेपणे बोलू लागली. वासुदेव शेट्टी अत्यंत दयाळू होते.

"अण्णा, कूडली हे गाव कसं आहे?" ती म्हणाली. "माझ्यासारख्या एका गरीब स्त्रीच्या मुलावर उपचार करायला तिथे कुणी तयार होईल का? तुम्हाला काय वाटतं? आणि मी कुठे राहू? तुम्ही इतका दीर्घ प्रवास केलेला आहे, तुम्ही खूप ज्ञानी आहात. तुम्ही मला मार्गदर्शन कराल का?"

"तू काळजी करू नको. कूडली तर अनेक गोष्टींसाठी प्रसिद्ध आहे. त्या गावांमध्ये खूप आश्रम आहेत. तिथे प्रवाशांना कुठलाही प्रश्न न विचारता ते लोक जेवूखाऊ घालतात. तिथे रुग्णांवर उपचार करण्यासाठी अनेक वैद्य आहेत; त्यामुळे तुला कसलीच अडचण येणार नाही. कूडलीमध्ये तुझी राहण्याची व्यवस्था मी करीन आणि मगच पुढे आलमपूरला जाईन." वासुदेव शेट्टी तिला धीर देत म्हणाले.

''इथे भद्रा नदी दिसते का?'' यशोदा म्हणाली.

''अर्थातच दिसते.'' ते म्हणाले. ''तुंगा आणि भद्रा या नद्या तर बहिणीच आहेत. कूडलीला त्यांचा संगम होतो. इथे एक ईश्वराचं देऊळ आहे. या दोन नद्यांच्या संगमामुळे हे कूडली शहर अत्यंत प्रसिद्ध आहे. त्याचप्रमाणे इथे शृंगेरी शारदा पीठम् या मंदिराची एक शाखासुद्धा आहे. आलमपूरचे लोक नेहमी विजयनगरला जातात. तिथे मुक्काम करून राहतात. तिथून ते कूडलीला भेट देण्यासाठी येतात आणि त्यानंतरच त्यांना जिथे कुठे जायचं असेल, तिथे जातात. कधी कधी ते धारवाडसारख्या सपाटीच्या प्रदेशाला भेट देतात, तर कधी ते हरिहर, म्हैसूर किंवा मूलबागिलूलासुद्धा जातात.''

त्यांचा प्रवास खूपच लांबलचक होता; पण त्या प्रवासात अजूनही यशोदेनं त्यांना स्वतःविषयी फार काही सांगितलेलं नव्हतं. अखेर ते सर्व जण रात्रीच्या वेळी कूडलीला येऊन पोचले. यशोदा खाली उतरून ईश्वर मंदिरामध्ये बसून राहिली. तोपर्यंत वासुदेव शेट्टी तिच्या राहण्याची व्यवस्था करण्यासाठी गेले. तिथे बसल्याबसल्या तुंगा आणि भद्रा या नद्यांकडे पाहून यशोदेला आपल्या गावाची फार तीव्रतेने आठवण येऊ लागली.

वासुदेव शेट्टी परत येऊन म्हणाले, ''ताई, तुझ्या राहण्यासाठी मला एक फार चांगलं ठिकाण सापडलं आहे. तिथे तुझ्या मुलावर व्यवस्थित उपचार होऊ शकतील. त्या ठिकाणाचं नाव आहे शांती आश्रम. तिथले लोक खरोखरच फार चांगले आहेत. मी त्यांना तुझ्या आणि तुझ्या मुलाच्या राहण्याचे पैसे देऊ केले. ते तर आधी घ्यायला तयारच नव्हते; पण त्यांनी तुझी नीट काळजी घ्यावी, म्हणून मी त्यांना ते पैसे दिले आहेत. देवाची तुझ्यावर कृपा आहे; म्हणून सगळं काही ठीक होईल.

दुसऱ्या दिवशी यशोदेनं साश्रू नयनांनी वासुदेव शेट्टी यांना निरोप दिला. त्यांची बैलगाडी दिसेनाशी होईपर्यंत ती रस्त्यावर उभी होती.

आता मात्र ती एकटी होती; पण शांती आश्रमानं तिला आसरा दिला आणि तिच्या मनात थोडासा आत्मविश्वास जागृत झाला.

कूडलीला येऊन पोचल्यावर तिच्या मनातली आशा अधिकच दृढ झाली. पुढच्या काही दिवसांत कृष्णाची तब्येत चांगली सुधारली. कूडलीमध्ये सतत पाऊस पडत होता. तिथली दाट झाडी आणि नदी यांचा परिणाम म्हणून तिथली हवा अतिशय दमट होती.

आता यशोदेला काळजी वाटू लागली. ''माझ्या या बाळाला बरं वाटणार आहे की नाही? त्याच्यासाठी मी कितीही मैलांचा पायी प्रवास करून जायला तयार आहे; किंवा कुठल्याही संकटाचा सामना करायला तयार आहे.'' ती

वैद्यबुवांना म्हणाली.

“कदाचित इथली दमट हवा त्याला सोसत नसावी. जिथे भरपूर स्वच्छ सूर्यप्रकाश असेल अशा उबदार ठिकाणी तू त्याला घेऊन जा. त्यानंच त्याला बरं वाटेल. जोपर्यंत तो पूर्णपणे बरा होत नाही, तोपर्यंत त्याला ही दमट हवा मुळीच सोसणार नाही.”

“पण मी इथून कुठे जाऊ? काही दिवसापूर्वीपर्यंत तर मी मलेनाडू सोडूनसुद्धा कुठे गेले नव्हते.” यशोदा रडत म्हणाली.

“हे बघ, तू काळजी करू नको. कृष्णाचं रक्षण करण्यासाठी तू यशोदा मातेची प्रार्थना कर; कारण कृष्णाचा अगदी पहिल्या दिवसापासून यशोदा मातेनंच तर सांभाळ केला होता. देवकीनं तर त्याला फक्त जन्म दिला; पण तो सोळा वर्षांचा होईपर्यंत त्याचं लालनपालन तर यशोदेनंच केलं होतं.” वैद्यबुवा म्हणाले.

“ते मला माहीत आहे; पण मी कुठे जाऊ? कशी जाऊ? मी तर ही अशी एकटी आहे.”

“मी सगळी माहिती काढतो आणि तुला सांगतो.” वैद्यबुवा तिची समजूत काढत म्हणाले.

दुसऱ्या दिवशी ते यशोदेला हाक मारून म्हणाले, “तुंगभद्रेच्या दक्षिणेला एक प्रथितयश आयुर्वेदाचार्य आहेत. त्यांचं नाव आहे लक्ष्मीकांत वैद्य. ते भगवान ईश्वराचे फार मोठे भक्त आहेत. ते अत्यंत कनवाळू आहेत. ते फार मोठ्या मनाचे आहेत. आमच्या काही लोकांना हिवाळ्यामध्ये जेव्हा श्वसनाचा त्रास होतो, तेव्हा ते मुद्दाम त्यांच्याकडेच उपचारासाठी जातात. त्यांच्या उपचारांनी सगळ्यांना लगेच बरं वाटतं. मी त्यांना एक पत्र लिहून ते तुझ्याबरोबर देतो. त्याचबरोबर मी कुणालातरी तुझ्या सोबत पाठवतो. तू कूडलीहून गलगनाथला नावेनं जाऊ शकतेस.”

“हे गलगनाथ कुठे आहे?” यशोदा म्हणाली. “मी तरी याविषयी अजून कधी ऐकलंसुद्धा नाही.”

“वरदा नदी या गलगनाथपाशीच तुंगभद्रेला येऊन मिळते. ती तुंगभद्रेची एक लहानशी उपनदी आहे. मी स्वतः तिथे कधीच गेलेलो नाही; पण मी त्याविषयी ऐकलं आहे. ते एका पठारावर आहे. तिथे काही इथल्यासारखी घनदाट झाडी किंवा सतत कोसळणारा पाऊस नसतो. गलगनाथमध्ये खूप सूर्यप्रकाश असतो आणि तिथली नदी पण शांत आहे. मला वाटतं हा एवढा एकच मार्ग आहे.”

यशोदेनं काही दिवसांपूर्वीच वादळात नावेनं प्रवास करण्याचा जो भयानक अनुभव घेतला होता, त्याची तिला आठवण झाली. त्यामुळे ती घाबरली. तशी

तिला कधी पाण्याची भीती वाटत नसे; पण या अनुभवानंतर मात्र आता तिचं मन नावेनं प्रवास करण्यास राजी होईना.

"वैद्यजी, मी तिकडे चालत जाऊ शकेन का हो?"

"चालत जायला फारच वेळ लागेल. तिथे पोचायला कितीतरी दिवस लागतील. त्यापेक्षा नदी पार करून पलीकडे जाणं हेच जास्त सोयीचं ठरेल." वैद्य म्हणाले.

यशोदानं त्यावर खूप विचार केला. 'एखादी आई समजा आपल्या बाळावर रागावली, तर त्यानंतर ते बाळ आईशी बोलणं बंद करेल का? त्यानं आपल्या आईकडे धावत जाऊन तिच्या प्रेमळ मिठीत शिरणं हेच स्वाभाविक नाही का?'

'माझा जन्मच नदीच्या काठी झालेला आहे. नदी माझी आई आहे. एकदा कधीतरी काही विचित्र घडलं, याचा अर्थ दर वेळीच तसं होईल, असं नाही. निदान माझ्या कृष्णासाठी तरी मला या संधीचा फायदा करून घेतलाच पाहिजे,' असा विचार करून यशोदा आत्मविश्वासानं परत उभी राहिली.

एक संन्यासी गलगनाथला काही वनौषधी घेऊन चालला होता. यशोदा त्याच्याबरोबर निघाली. तुंगा नदीच्या पाण्याचा प्रवाह जबरदस्त होता; कारण उन्हाळ्याचे दिवस होते; पण तरी तो प्रवास तसा आटोक्यातला होता. ते दररोज भल्या पहाटे नावेत बसून प्रवासाला सुरुवात करत आणि रात्री नदीच्या काठी जवळपास कुठेतरी मुक्काम करत. ते तिथेच लाकडांची चूल पेटवून स्वयंपाक करत आणि त्या लाकडांच्या उबेतच झोप काढत. दुसऱ्या दिवशी सकाळी उठून ते पुन्हा त्यांच्या प्रवासाला सुरुवात करत.

काही दिवसांतच ते गलगनाथला येऊन पोचले. तुंगा आणि वरदा या नद्या एकमेकींना जिथे मिळतात, तेच हे ठिकाण होतं.

❁

वरदा नदी तशी लहानच होती. तिच्या पाण्याचा जोर तुंगभद्रा नदीइतका नव्हता. गलगनाथ हे पठारावर होतं. तिथेसुद्धा झाडी होती; परंतु ती इतकी दाट नव्हती. रस्त्यांवर लोकांची गजबज असे; परंतु इथली बोली भाषा काही वेगळीच होती. ती भाषा कन्नडच होती. यशोदा आपल्या मुलाला पाठीवर घेऊन संगमापासून निघाली, ती गलगनाथ मंदिराच्या पायऱ्या चढून वर गेली. त्या मंदिराची बांधणी यशोदेला फारच वेगळी वाटली. त्या मंदिराच्या अंतर्भागामध्ये शिवलिंग होतं. यशोदेनं भगवान शंकरांची मनोभावे प्रार्थना केली.

'मी अगदी शेवटचा उपाय म्हणून इथे आलेली आहे. माझ्या या एकुलत्या एक मुलाला तुम्हीच वाचवा.'

मंदिराच्या प्रांगणात खूप लोक बसले होते. ती त्यांच्यापाशी जाऊन बसली.

मनातल्या मनात ती अजूनही देवाला साकडं घालत होती.

लक्ष्मीकांत वैद्य एकेक करून प्रत्येक रुग्णाला बोलावत होते. ज्या रुग्णांना तिथे राहण्याची गरज होती त्यांच्यासाठी बाजूला बऱ्याच खोल्या होत्या. ज्यांना तिथे राहण्याची गरज नव्हती, अशा रुग्णांना ते औषध देऊन घरी पाठवत होते; पण ते कुणाकडूनच काहीही पैसे घेत नव्हते. लोक मात्र त्यांना आपापल्या ऐपतीप्रमाणे काही ना काही देत होते. कधी आपल्या शेतात पिकलेलं धान्य, तर कधी आणखी काही.

त्या संन्याशानं यशोदेला लक्ष्मीकांत वैद्यांकडे नेलं. त्याला यशोदेची तसंच लक्ष्मीकांत वैद्यांची भाषा अवगत असल्यामुळे त्यानं वैद्यांना कृष्णाच्या प्रकृतीविषयी तपशीलवार सांगितलं.

त्या वेळी यशोदा अत्यंत आदराने वैद्यबुवांकडे बघत उभी होती.

ते उंचेपुरे, भरदार छातीचे आणि धिप्पाड होते. त्यांनी पांढरीशुभ्र वस्त्रं परिधान केली होती आणि त्यांची दाढीसुद्धा पांढरीशुभ्र होती. त्यांचे डोळे अतिशय शांत आणि प्रेमळ होते. त्यांच्या मागच्या बाजूचं एक कपाट ग्रंथांनी भरलेलं होतं. त्यांच्या डाव्या बाजूला एक छोटी रसशाळा होती. तिथे कुणीतरी काहीतरी कुटत बसलं होतं, तर कुणीतरी कशाचं तरी मिश्रण करत बसलं होतं. चुलीवर काहीतरी उकळत होतं. त्यांच्या उजव्या बाजूला आणखी काही वैद्य बसले होते आणि ते वेगवेगळ्या रुग्णांची तपासणी करत होते. त्यांच्या समोरील मेजावर धन्वंतरी देवाची प्रतिमा होती. धन्वंतरी देव हा आयुर्वेदाचा देव आणि भगवान विष्णूंचा अवतार होता. तो एका हातामध्ये औषधाचं पात्र, तर दुसऱ्या हातामध्ये एक ग्रंथ घेऊन उभा होता आणि त्याचा एक हात (वरदहस्त) आशीर्वाद देण्याच्या आविर्भावात उंचावलेला होता.

यशोदेनं खिडकीतून बाहेर पाहिलं. बाहेर भलंमोठं प्रांगण होतं. त्याच्या कडेला पुष्कळ खोल्या होत्या. समोरच वरदा नदी होती. प्रांगणाच्या मधोमध एक विहीर होती. एका बाजूला वनौषधींचं उद्यान होतं. आपल्या कृष्णाच्या प्रकृतीची काळजी घेण्यासाठी वैद्यराज समर्थ आहेत, अशी यशोदेची खात्री पटली.

वैद्यबुवा लक्ष्मीकांत यांनी कृष्णाची व्यवस्थित तपासणी केली आणि मग ते म्हणाले, ''याला दीर्घकाळ उपचारांची गरज आहे. तुम्हाला इथे किमान एक वर्ष तरी राहावं लागेल आणि त्याच्या पथ्यपाण्याची व्यवस्थित काळजी घ्यावी लागेल. त्यासाठी तुम्ही तयार आहात का?''

''पण आचार्य, माझ्याकडे तर अजिबात पैसे नाहीत.''

''मी तुमच्याकडे पैसे मागितलेलेच नाहीत. हे एक लहान बाळ आहे, तेव्हा त्याची जबाबदारी तुमच्यावरच आहे; म्हणून तुम्हाला विचारतोय. तुमची या

गोष्टीला तयारी आहे का?''

''होय आचार्य. माझी याला तयारी आहे. मला जे काही शक्य असेल ते मी त्याच्यासाठी करणारच आहे. फक्त मी काय करू ते तुम्ही सांगा.''

''सर्वांत प्रथम तुम्ही तुमच्या मुलाची काळजी घ्या आणि त्यानंतर जर तुम्हाला वेळ मिळाला, तर तुम्ही आमच्या स्वयंपाकघरात मदत करा.'' लक्ष्मीकांत वैद्य म्हणाले.

मग यशोदानं तिथे मेहनत करण्यास सुरुवात केली. तिने त्यांची भाषा शिकून घेतली. तिथल्या स्वयंपाकघरात शिजवण्यात येणारं अन्न वेगळ्या पद्धतीचं होतं. ज्वारीची भाकरी, तिखट मिरच्यांचा खर्डा आणि भरपूर दूध. यशोदेनं सगळं अगदी लगेच शिकून घेतलं. तिथले लोक दानशूर होते आणि स्वभावानं पण अगदीच सरळ होते. ते तिला काही दिवसांतच अक्का म्हणू लागले. तिथली हवा मात्र जरा उष्ण होती; पण त्यामुळेच तिथल्या कर्मचाऱ्यांपैकी कोणी विशेष आजारी पडत नसे. कधीतरी फावला वेळ मिळाला, की यशोदा वरदा नदीच्या काठावर जाऊन बसत असे आणि गतकाळाविषयी विचार करत राही.

यशोदा आता जवळपास तीस वर्षांची झाली होती. अनेकदा तिच्या मनात आपल्या पतीचा विचार येई. 'तो कुठे असेल? तो जिवंत असेल की मृत असेल? समजा तो जिवंत असलाच, तर तो शत्रूच्या बंदिवासात असेल का? का तो आपला शोध घेत असेल? का त्याने पुनर्विवाह केला असेल?' अशा विविध विचारांनी तिचं मन सैरभैर होऊन जाई.

कधी कधी तिच्या मनात परत जाण्याचा विचार येई; पण परत जायचं, म्हणजे नेमकं कुठे जायचं? बाळेपुराला जायचं, का कूडलीला जायचं?

तिचं माहेर आणि सासर असं दोन्ही बाळेपुरातच होतं; पण युद्धामध्ये आपल्या माणसांचं नक्की काय झालं असावं, याची तिला काहीच कल्पना नव्हती. कृष्णाच्या या अशा अवस्थेमुळे निदान वर्षभर तरी गलगनाथ सोडून दुसरीकडे कुठे जाणं शक्यच नव्हतं.

कधी कधी तिला असं वाटे, की आपण या लक्ष्मीकांत वैद्यबुवांच्या वैद्यशाळेत कायमचं राहावं.

पण तिचं हृदय मात्र खरं म्हणजे मलेनाडूमध्ये होतं. अखेर एक वर्ष लोटलं. आता कृष्णा ठणठणीत बरा झाला होता.

एक दिवस लक्ष्मीकांत वैद्य यांनी तिला बोलावून घेतलं. ते तिला म्हणाले, ''यशोदाबाई, आता आपले उपचार संपले. आता तुमच्या मुलासाठी जे काही सर्वोत्तम असेल, ते करायला तुम्ही मोकळ्या. तुम्हाला आता जर परत जायचं असलं, तर तुम्ही जाऊ शकता. काही मंडळी या नदीच्या काठानं प्रवासाला

निघालेली आहेत. त्यांच्यासोबत तुम्ही तुमच्या मुलाला घेऊन जाऊ शकता. त्याचप्रमाणे आमच्याइथून एक गट कूडली वैद्यशाळेला निघालेलाच आहे. तुम्हाला जर त्यांच्याबरोबर जायचं असेल तर तुम्ही अगदी निर्धास्तपणे जा.''

यशोदा वैद्यबुवांच्या पाया पडली. तिच्या डोळ्यांतून घळाघळा अश्रू वाहू लागले. तिनं कृतज्ञतापूर्वक त्यांच्या चरणांवर डोकं ठेवून त्या चरणांना आपल्या अश्रूंनी स्नान घातलं. ती भावनाविवश झाली होती. बाळेपुरातून आलेल्या कोणा कुठल्या स्त्रीला या लक्ष्मीकांत वैद्यांनी केवढी मदत केली होती. ही नक्कीच काहीतरी ईश्वरी योजना होती.

मग त्यांनी तिला आशीर्वाद दिला. ''शुभास्ते पन्थानः सन्तु!'' ते म्हणाले. त्याचा अर्थ 'तुमचा प्रवास सुखाचा होवो,' असा होता.

गलगनाथपासून कूडलीपर्यंतचा प्रवास अत्यंत आनंददायी होता. पाऊस नव्हता आणि कृष्णाची प्रकृतीसुद्धा उत्तम होती.

रस्ता चांगला होता. ते सर्व जण जेव्हा कूडलीला पोहोचले, तेव्हा शांती आश्रमातील सर्वांनी तिला ओळखलं. तिला पाहून सर्वांनाच खूप आनंद झाला. यशोदेनं आता आश्रमाच्या स्वयंपाकघरात मदत करण्यास सुरुवात केली आणि कृष्णा वेदपाठशाळेत जाऊ लागला.

शांती आश्रम हे आता अत्यंत महत्त्वपूर्ण केंद्र बनलेलं होतं. अनेक प्रवासी मलेनाडूहून कूडलीला येत. त्यामुळे ते येताना तिकडच्या काही बातम्यासुद्धा घेऊन येत असत. एक दिवस तिला ऐकायला मिळालं, राजा बसप्पा पाळेगार हा परत आलेला होता. एवढ्यात कोणीतरी ही बातमी खोटी असल्याचं सांगितलं; पण ती नेहमीच राजाच्या परिवाराच्या सुखासाठी प्रार्थना करत असे. कृष्णा आता मंदिरातील शाळेत जाऊ लागला होता आणि यशोदा संन्याशांसाठी, त्याचप्रमाणे इतर सहाध्यायांसाठी स्वयंपाक करत असे.

✿

अशा प्रकारे चार वर्षं लोटली.

एक दिवस मंदिराचे व्यवस्थापक तिला येऊन म्हणाले, ''उद्या महाराजांचं त्यांच्या सेनेसह इथे आगमन होणार आहे आणि ते संगमापाशी खास पूजा करणार आहेत. तर तू ५० माणसांसाठी स्वयंपाक करू शकशील का?'' यशोदेनं होकार दिला. पूर्वीपासूनच अनेकदा राजे-महाराजे, संन्यासी किंवा इतर सामान्य लोकसुद्धा आपल्या मनात धरलेल्या इच्छांची पूर्ती झाल्यावर संगमापाशी येऊन एक विशिष्ट प्रकारची पूजा करत असत, याची तिला कल्पना होती. त्यात नवीन असं काहीच नव्हतं.

दुसऱ्या दिवशी सकाळी ती कृष्णाला बरोबर घेऊन ईश्वर देवाला अर्पण

करण्यासाठी काही वस्तू घेऊन निघाली आणि आश्चर्याची गोष्ट म्हणजे तिने बसप्पा पाळेगार आणि त्याची पत्नी सुनंदा या दोघांनाही संगमापाशी पाहिलं. त्यांच्याबरोबर त्यांचा पाच वर्षांचा राजपुत्रसुद्धा होता.

यशोदेला असं अचानक आपल्यासमोर आलेलं पाहून राणी सुनंदा हिचा आनंद तर गगनात मावेना. "पुन्हा आयुष्यात कधी तुझी भेट होईल, असं मला वाटलंच नव्हतं." सुनंदा यशोदेचे हात हात हात घेऊन म्हणाली. तिने यशोदेच्या दोन्ही हातांवर आपलं मस्तक टेकवलं आणि म्हणाली, "या नदीनं इतक्या लोकांचा जीव घेतला, की मला वाटलं तूसुद्धा त्यातच गेलीस. मी तुझा सगळीकडे शोध घेतला; पण तू काही मला सापडली नाहीस. महाराजांचा जरी लढाईत पराभव झाला, तरी युद्धात मात्र नंतर त्यांना विजय मिळाला. आम्हा दोघांनाही तुझी खूप आठवण येत होती. तू तुझ्या जिवाची पर्वा न करता आमचे प्राण वाचवलेस. तुझ्या साहसाला तर तोडच नाही. तू केलेला त्याग खरोखर अनन्यसाधारण आहे. एका परीने तू मला पुनर्जन्मच दिलेला आहेस."

मग राणीने राजाला जवळ बोलावलं. राजा ताबडतोब आपल्या अंगरक्षकासह तिथे आला. आता तर यशोदेच्या आनंदाला पारावारच उरला नाही; कारण तो अंगरक्षक दुसरातिसरा कोणी नसून यशोदेचा पती होता. त्या सर्वांच्या दृष्टीने तो एक आनंदसोहळा होता

यशोदेनं तिची स्वतःची कथा सर्वांना अगदी समरसून सांगितली. मग तिनं आपल्या पतीला विचारलं, "तुम्हाला माझी आठवण कधी यायची का हो?"

मग त्यानं तिला सर्व काही सांगितलं. युद्ध संपल्यानंतर त्यानंसुद्धा यशोदेचा खूप शोध घेतला होता; पण त्याला काही त्यात यश आलं नाही. मग त्यानं पुन्हा विवाह करावा असं बऱ्याच लोकांनी सुचवलं; पण त्याला मनातून कुठेतरी असं वाटत होतं, की आपली पत्नी नक्कीच जिवंत आहे आणि कधी ना कधीतरी आपल्या दोघांची भेट होणारच आहे. त्यानंतर यशोदा आणि कृष्णा मोठ्या थाटामाटात बाळेपुराला निघाले. तेसुद्धा राजेमहाराजांप्रमाणे पालखीत बसून निघाले.

बाळेपुरात पोचल्यावर यशोदेला परत एकदा आश्चर्याचा धक्का बसला. राणी सुनंदा हिनं तिथे एक भलंमोठं मंदिर बांधलं होतं. मंदिरात एका स्त्रीचा आणि तिच्या मुलाचा पुतळा होता. त्या मंदिराचं नाव होतं यशोदा-कृष्ण मंदिर. हे मंदिर तिनं यशोदेच्या आणि तिच्या मुलाच्या सन्मानार्थ बांधलेलं होतं. यशोदेनं आणि तिच्या मुलानं राणीबरोबर प्रवासाला ज्या ठिकाणाहून सुरुवात केलेली होती, त्याच ठिकाणी ते मंदिर बांधण्यात आलं होतं.

"मी दररोज इथे आधी पूजा करते आणि मगच भोजन करते." राणी म्हणाली.

“अहो राणीसाहेब, मी तुमची सेविका आहे. मी तर केवळ माझं कर्तव्य केलं.” यशोदा म्हणाली.

“नाही गं यशोदे, तुझ्या अंगात हा एक अनन्यसाधारण गुण आहे. तू दिलेला शब्द पाळलास. आता माझी पाळी आहे.”

मग राणीने तिला मंदिरातील एक शिलालेख दाखवला. त्यावर या मंदिराच्या दैनंदिन व्यवस्थेसाठी येणारा खर्च, त्याचप्रमाणे मंदिराला देण्यात आलेली देणगी, या सर्वांचा तपशील लिहिलेला होता. त्या शिलालेखामध्ये सूर्य-चंद्रांच्या प्रतिमा-सुद्धा कोरलेल्या होत्या आणि त्यात असं नमूद करण्यात आलेलं होतं की ‘सुनंदा राणीच्या नंतरसुद्धा, जोपर्यंत आकाशात सूर्य-चंद्र अस्तित्वात आहेत, तोपर्यंत या मंदिराच्या देखभालीचं काम अशाच प्रकारे राणीच्या देणगीच्या रकमेतून चालू राहील.’

“यशोदा, आता तुझी पाळी आहे. तुला जे काय हवं असेल, ते माझ्याकडे माग. तुला तुझ्या वजनाइतकं सोनं हवंय का? किंवा तुझ्या कुटुंबीयांसाठी जमीन हवीय का? तुला जे काय हवं ते सांग.” राजा म्हणाला.

यशोदेनं डोळे मिटले. ती क्षणभर शांत बसून राहिली. तिच्या डोळ्यांसमोर तिच्या गतकाळाचा पट उलगडला. राणीची प्रसूती, नावेतून नदीपार जाणं, पुरात बुडणं, काळामिट्ट नदीचा काठ, मोहम्मदची भेट, त्याच्या कुटुंबीयांबरोबर राहणं, मासे विकणं, वासुदेव शेट्टी, गलगनाथ...

अखेर राजा-राणीची भेट होणं हा त्या कहाणीचा सुखान्त होता; कारण तिने जेव्हा या प्रवासाला सुरुवात केली होती, तेव्हा पुढे काय घडणार आहे, याची तिला काहीच कल्पना नव्हती. तिच्या मुलाचं तर काहीही होऊ शकलं असतं. हा विचार केल्यावर मात्र आपल्याला राजाकडून नक्की काय हवं आहे, ते तिला समजलं.

“महाराज, मला तुमच्याकडून दान म्हणून जमिनीचे चार तुकडे हवे आहेत. या चार जमिनी चार लोकांसाठी आहेत. मी या इतक्या मोठ्या संकटातून पार पडून इथे सुखरूप परत आले, त्यामध्ये या चार लोकांचा फार मोठा सहभाग आहे. ही जमीन किती लहान किंवा मोठी असावी, याविषयी माझं काहीच म्हणणं नाही. पहिला जमिनीचा तुकडा आलमपूरचे वासुदेव शेट्टी यांच्यासाठी हवा आहे. त्यांच्या असीम औदार्यामुळेच आज माझा कृष्णा जिवंत आहे. या जगात मूठभर लोकांच्या औदार्यामुळे कित्येक कोटी लोकांच्या जीवनात आशेचा प्रकाश पडतो. या पृथ्वीवर वासुदेव शेट्टी यांच्यासारख्या अनेक लोकांनी जन्म घ्यायला हवा.”

राजाने मान हलवून तिची ही मागणी मान्य केली.

“त्यानंतर मला आणखी थोडी जमीन हवी आहे. कूडलीच्या शांती आश्रमासाठी.

या जमिनीचा वापर संगमावर येणाऱ्या लोकांसाठी झाला पाहिजे. तिथे येणाऱ्या प्रत्येकाला मोफत भोजन मिळायला हवं. या आश्रमातले लोक जर तिथे माझ्या मदतीला उभे राहिले नसते, तर मी आज जिवंतसुद्धा नसते.''

''जमिनीचा तिसरा तुकडा मोहम्मद याला देण्यात यावा. त्याचं पण माझ्यावर खूप मोठं ऋण आहे. त्या दुर्धर परिस्थितीमध्येसुद्धा त्यानं दाखवलेला मनाचा मोठेपणा पाहून माझ्या हृदयाला पाझर फुटला आहे. त्याचे सर्व कुटुंबीय अतिशय गरीब आहेत; त्यामुळे त्यांना जिथे हवी असेल, तिथे जमीन देण्यात यावी.''

''पुढचा जमिनीचा तुकडा गलगनाथ इथल्या लक्ष्मीकांत वैद्य यांना देण्यात यावा. माझ्या मुलाला त्यांनी अक्षरशः मरणाच्या दारातून ओढून आणलं. त्यांची खूप भरभराट होवो. त्यांनी माझ्या मुलावर उपचार केले, त्याची परतफेड मी काही करू शकले नाही. महाराज, हे माझं एवढंच मागणं आहे. मला आणखी काहीच नको.''

''अगं, पण तुला तुझ्यासाठी काय हवं आहे?'' महाराज म्हणाले.

''आम्हाला काहीच नको. आम्ही तुमच्या चाकरीत आहोत ना?'' यशोदा आणि तिचा पती, दोघंही एकदमच म्हणाले.

राजा जेव्हा या जमिनीच्या दानाविषयी आपल्या सल्लागाराशी बोलत होता, तेव्हा यशोदा म्हणाली, ''माझी आणखी एक खास विनंती आहे. या मंदिरामध्ये माझी किंवा माझ्या मुलाची कोणीही पूजा करू नका. हे मंदिर खऱ्याखुऱ्या यशोदेच्या आणि कृष्णाच्या नावाने व्हायला हवं. मी तर एक मर्त्य मानव आहे. यशोदा माता आणि तिचा पुत्र कृष्ण यांच्या नात्याचा आपण सन्मान केला पाहिजे. दर पाच वर्षांतून एकदा इथे रथोत्सव साजरा करण्यात यावा, अशी माझी इच्छा आहे; कारण माझे महाराज, महाराणी आणि माझे पती यांच्यापासून माझी पाच वर्षांसाठी ताटातूट झाली होती. या उत्सवाच्या वेळी रथयात्रासुद्धा काढण्यात येईल. या रथयात्रेच्या वेळी रथ पहिल्यांदा ओढण्याचा मान मोहम्मदच्या कुटुंबीयांना मिळाला पाहिजे; कारण सर्वांत आधी मोहम्मदची आणि माझीच भेट झाली होती. मला ज्या काही लोकांनी मदत केली, त्यामध्ये हा मोहम्मद सर्वांत गरीब होता. त्याच्याकडे खरं तर काहीच नव्हतं; पण तरीसुद्धा त्यानं प्रयत्नांची शर्थ करून मला आणि माझ्या मुलाला मदत केली. माझी ही मागणी कदाचित तुम्हाला विचित्र वाटेल; पण तरीसुद्धा तुम्ही ती पूर्ण करावी, असं मला वाटतं.''

यशोदेचं बोलणं ऐकून राजाला खूप आश्चर्य वाटलं.

''अगं यशोदा, पण तू तर स्वतःसाठी काहीच मागितलं नाहीस. जे काही मागितलंस, ते इतरांसाठीच मागितलंस. असं करणारी माझ्या माहितीतली तू पहिलीच स्त्री आहेस. तू आमच्यासाठी एक नवंच उदाहरण घालून दिलं आहेस.

मी तुझ्या सर्व इच्छा पूर्ण करीन. मी माझ्या प्रजाजनांना आजपासून माझी संतती असल्याप्रमाणे वागवीन. मी सर्व लोकांना सारख्याच आदरानं वागवीन. आता माझी अशी इच्छा आहे, की तुला पाचवा जमिनीचा तुकडा देण्यात यावा. हा तुकडा तुंगा नदीवरील मंदिराच्या जवळच असेल. तुझा मुलगा कृष्णाला, त्याचप्रमाणे तुझ्या घराण्यातल्या पुढच्या पिढ्यांना यशोदेनं आमच्या राजघराण्यासाठी काय काय केलं आहे, याची आठवण राहायलाच हवी.''

त्यानंतर राजानं मोहम्मदला बोलावणं धाडलं. तो काही वेळातच राजासमोर हजर झाला. यशोदेची सगळी कहाणी ऐकून त्याला आश्चर्याचा धक्काच बसला.

''पण हे एवढं बक्षीस मिळण्याइतकं मी काय मोठं केलं आहे? मी तर एक साधा माणूस आहे. मी फक्त माझं कर्तव्य केलं. खरं तर तूच खूप महान आहेस; परंतु मी आणि माझ्या पुढच्या सर्व पिढ्या तू सांगितलेलं कर्तव्य आनंदाने पार पाडू असं मी तुला वचन देतो. त्या रथयात्रेमध्ये रथ ओढण्यासाठी आम्ही नेहमीच हजर राहू.''

आता यशोदा आपला मुलगा कृष्णाकडे वळून म्हणाली, ''कृष्णा, दर पाच वर्षांनी या रथयात्रेच्या उत्सवासाठी तू मोहम्मदच्या कुटुंबीयांना निमंत्रण दिलंच पाहिजेस. मग ते कुठे का असेनात. आणि तेसुद्धा तू व्यक्तिशः जाऊन त्यांना ते निमंत्रण द्यायला हवंस. मोहम्मद मला त्याची बहीण मानतो, तेव्हा आजपासून तो तुझा मामा आहे.''

आणि म्हणूनच दर पाच वर्षांनी हे लोक जिथे कुठे असतील तिथून सर्व जण एकत्र येतात आणि सर्व कुटुंबं मिळून हा उत्सव एकत्रितपणे साजरा करतात.

मराप्पानं आपली कहाणी इथेच संपवली.

रथोत्सव

सगळे एकदम शांत झाले होते. प्रत्येकाच्या डोळ्यांत पाणी आलं होतं. अनुष्काला स्वतःचा खूपच अभिमान वाटत होता. तिच्या कुटुंबाच्या इतिहासातला एक फार महत्त्वाचा हरवलेला दुवा शोधून काढण्यात ती यशस्वी झाली होती.

शीलानं अनुष्काच्या हातून तो कागद घेतला. त्या कागदावर त्या शिलालेखातला मजकूर छापण्यात आलेला होता. आता त्या मजकुराला अर्थ प्राप्त झाला होता. शीलानं तो मजकूर मोठ्यांदा वाचला :

या मंदिराला देणगी म्हणून एकंदर साठ एकर जमीन देण्यात येत आहे.
या मंदिरातील देवदेवतांची पूजा करणाऱ्या पुजाऱ्याच्या कुटुंबाला दहा एकर जमीन देण्यात यावी. ही जमीन त्या पुजाऱ्याच्या कुटुंबाच्या पुढच्या पिढ्यांसाठी- सुद्धा तशीच राखून ठेवण्यात यावी.
आणखी दहा एकर जमीनही लोकांना रोज मोफत प्रसाद वाटपासाठी राखीव ठेवण्यात यावी.
पाच एकर जमिनीमधून दररोजच्या नंदादीपासाठी लागणाऱ्या तेलाचा खर्च भागवण्यात यावा.
हे मंदिर रोज झाडून स्वच्छ ठेवणाऱ्या लोकांना पाच एकर जमीन देण्यात यावी.
दहा एकर जमीन ही गायन, वादन, नृत्य, इत्यादी कार्यक्रमांसाठी राखून ठेवण्यात यावी.
या मंदिराचं व्यवस्थापन करणाऱ्यांसाठी दहा एकरांची जमीन राखून ठेवण्यात यावी.
हे देणगीपत्र १६९३ शके, खारा नाम संवत्सर, गुरुवासर या दिवशी

करण्यात आलं आहे.

हे मंदिर यशोदा-कृष्ण यांच्या स्मरणार्थ उभारण्यात आलं आहे.

त्या वहीमध्ये जी कहाणी लिहून ठेवण्यात आली होती, त्याच्याशी मिळता-जुळताच हा मजकूर होता. संध्याकाळची वेळ झाली होती. अंधार पडू लागला होता. काही वेळात सगळीकडे दिवेलागण झाली.

अनुष्का चट्कन उठून उभी राहिली. "मराप्पाआजोबा, तुमचे किती आभार मानू? तुम्ही आम्हाला ही फार महत्त्वाची बातमी दिलेली आहे. ही कथा ऐकून माझ्या आजी-आजोबांना फारच आनंद होणार आहे. मी लवकरच माझ्या आजोबांना तुम्हाला भेटायला घेऊन येईन."

"काही काळजी करू नको बाळा. मी स्वतःच तुमच्या घरी येईन. मला तुमच्याकडे येऊन कितीतरी दिवस झाले."

त्यानंतर अनुष्का, श्रीनिवास भट यांच्याकडे वळली. "आता आपल्याला लवकर घरी जायला हवं. मला घरच्या सर्वांनाच ही गोष्ट सांगायची आहे."

ते सर्व जण तिथून निघाले, तेव्हा मराप्पाच्या चेहऱ्यावर समाधान झळकत होतं. "इतकी वर्षं मी हे सगळे कागद जपून ठेवले, ते बरंच झालं." तो स्वतःशीच म्हणाला.

अनुष्का गोपाळआजोबांच्या घराच्या पडवीपाशी जाऊन पोहोचली, तेव्हा आजोबा घरासमोर येरझारा घालत होते. त्यांच्या चेहऱ्यावर चिंता स्पष्ट दिसत होती. अनुष्का लगेच धावत त्यांच्यापाशी गेली आणि ते तिला काही बोलणार इतक्यात तिनं घाईघाईनं सगळी हकिकत त्यांना सांगून टाकली. तिला नक्की कशाचा शोध लागला होता, हे आजोबांच्या साधारणपणे लक्षात आलं. त्यांच्या कुटुंबाच्या इतिहासातला एक हरवलेला दुवा तिनं शोधून काढला होता.

"ही तर फारच चांगली बातमी आहे, अनुष्का. आपल्याला श्रीनिवास भट, शीला मॅडम, इब्राहिम आणि मराप्पा या सर्वांनाच आपल्या घरी बोलावून घ्यायला हवं; कारण या गोष्टीशी त्यांचा सगळ्यांचा संबंध आहे. आज जेवण झाल्यावर आपण सगळे इथे परत एकदा जमू."

जेवणं झटपट आटोपली. मग आजोबांनी सर्वांना तातडीनं घरी बोलावून घेतलं. महादेवनं सर्वांच्या येण्या-जाण्याची व्यवस्था केली. सर्वांत आधी इब्राहिम अंकल घरी येऊन पोचले. त्यानंतर शीलाआक्का आली, मराप्पाआजोबा आले आणि सगळ्यात शेवटी श्रीनिवास भटसुद्धा आले. घरातली सगळी माणसं बाहेरच्या अंगणामध्ये चटई अंथरून त्यावर बसली. आजीनं सर्वांसाठी बेसनाचे लाडू आणले.

सगळे जण बसून स्थिरस्थावर झाल्यावर आजोबा म्हणाले, "आपल्याला सर्वांनाच आमच्या कुटुंबात गेल्या कित्येक वर्षांपासून चालत आलेल्या या परंपरेविषयी माहीत आहे. या रथोत्सवासाठी दर खेपेला इब्राहिमला आणि त्याच्या कुटुंबीयांना आम्ही जातीनं बोलावून घेतो आणि त्याला रथ ओढून उत्सवाचा शुभारंभ करायला सांगतो. उत्सवाचं उद्घाटन करणं हा खरोखर खूप मोठा सन्मान आहे. उत्सव आम्ही दर पाच वर्षांतून एकदा साजरा करतो; परंतु आमच्यापैकी कुणालाच कधी या परंपरेमागचं कारण शोधून काढण्याची आवश्यकता वाटली नाही. यावरून मला एक गोष्ट आठवली."

आजोबांनी आपला घसा खाकरून साफ केला आणि ती गोष्ट सांगण्यास सुरुवात केली :

एका गावात एक माणूस राहत होता. तो रोज सकाळी उठून देवाची पूजा करायचा. सकाळी तो पुजेला बसला की तिथे एक मांजर यायचं आणि त्याच्या पूजेत व्यत्यय आणायचं. त्यामुळे तो त्या मांजराला एका बैलगाडीला बांधून ठेवायचा आणि त्यानंतर पूजा संपली की तो त्या मांजराला थोडं दूध द्यायचा आणि मग मोकळं सोडून द्यायचा. अशी कितीतरी वर्षं लोटली. पुढे तो माणूसही मरण पावला आणि ते मांजरही. त्यानंतर त्याच्या मुलानं पूजा करण्यास सुरुवात केली. त्यानं गेली कित्येक वर्षं आपले वडील पूजा करताना एका मांजराला बैलगाडीला बांधून ठेवतात हे पाहिलं होतं. त्याचप्रमाणे पूजा संपल्यावर ते त्या मांजराला दूध देतात हेही त्याने पाहिलं होतं; पण या माणसानं काही मांजर पाळलेलं नव्हतं किंवा त्याच्या शेजाऱ्यांकडेही मांजर नव्हतं. त्यामुळे दर वेळी पूजेच्या आधी तो दुरून एक मांजर पकडून आणायचा, ते बैलगाडीला बांधून ठेवायचा आणि मग पूजा करायचा. पूजा संपली की तो त्या मांजराला दूध द्यायचा आणि मग त्याला सोडून द्यायचा. त्यानं आपल्या वडिलांना जे करताना पाहिलं होतं अगदी तसंच तो करायचा. पुढे त्याच्या मुलानंसुद्धा हे सर्व असंच करायला सुरुवात केली; कारण त्यानं आपल्या वडिलांना हे असंच करताना पाहिलं होतं. एक दिवस त्याच्या छोट्या मुलानं त्याला विचारलं, "तुम्ही इथे पुजेच्या वेळी त्या मांजराला बांधून का ठेवता आणि नंतर त्याला दूध का देता?" त्यावर तो म्हणाला, "ते काही मला माहीत नाही. माझे वडील असं करायचे; म्हणून मीही आता असं करतो."

"तुम्ही समजा त्या मांजराला बांधलं नाहीत, तर काय होईल?" आता त्या छोट्या मुलाची उत्सुकता चाळवली गेली होती.

"अरे, तशी प्रथा आहे. प्रथेविषयी कोणी शंका उपस्थित करू नये."

त्या लहान मुलाला ते काही पटेना. एक दिवस त्या मुलाच्या आत्याने तो

सगळा प्रकार पाहिला आणि ती जोरजोरात हसत सुटली.

"अरे देवा, ही कशाला प्रथा?'' ती जोरजोरात हसत म्हणाली. मी तुला एक गंमत सांगू का? माझा भाऊ जेव्हा पुजेला बसायचा ना, तेव्हा शेजाऱ्याचं मांजर तिथे यायचं आणि त्या पुजेच्या वेळी माझ्या भावाला त्रास द्यायचं; पण ते आमच्या शेजाऱ्यांचं मांजर होतं; त्यामुळे तो तरी काय करणार? म्हणूनच पूजा चालू असताना तो त्या मांजराला बांधून ठेवायचा; पण मग त्या मांजराला असं बांधून ठेवल्याबद्दल माझ्या भावाला वाईट वाटायचं; म्हणून पूजा झाली की तो त्याला दूध पाजायचा आणि नंतर सोडून द्यायचा.

ते ऐकून सर्वांनाच लाज वाटली. ते सर्व जण अंधश्रद्धेनं कुठल्यातरी प्रथेचं पालन करत होते.''

एवढं बोलून आजोबा घसा साफ करून म्हणाले, "आपण आपल्या मुलांना प्रश्न विचारायला कधीच प्रोत्साहन देत नाही आणि आपण स्वतःसुद्धा काही गोष्टी समजून घेण्याचा प्रयत्न करत नाही; पण माझ्या या नातीनं प्रश्न विचारायला सुरुवात केली आणि नंतर तिनं त्या प्रश्नांची उत्तरंसुद्धा स्वतःच शोधून काढली, याचा मला खूप आनंद झाला आहे. खरं सांगायचं तर मला आत्ता स्वतःचीच लाज वाटते आहे; पण ठीक आहे. आपल्याला सर्वांना यातून खूप काही शिकायला मिळालं आहे.''

त्यानंतर आजोबांनी शीलाला पुढे बोलावलं. तिनं सर्वांना घडलेली हकिकत सविस्तर सांगावी, अशी त्यांनी तिला विनंती केली. ते ऐकून अनुष्का थोडीशी नाराज झाली; कारण तिच्या मनात ती सगळी कथा आपण सांगावी असं होतं. आजोबांनी तिचा पडलेला चेहरा पाहिला आणि ते म्हणाले, "हे बघ, शीला मोठी आहे. त्यामुळे कोणीही काहीही प्रश्न विचारला तरी ती त्याचं उत्तर देऊ शकेल. अनुष्का, तू अजून लहान आहेस. तू खूप हुशार आहेस, हे मान्य आहे; पण ही कथा शीलालाच सांगू दे.''

मग ते शीलाकडे वळून म्हणाले, "शीला मॅडम, आता तुम्ही आम्हाला सर्वकाही सांगा.''

मग शीलानं जे काही घडलं ते सर्व जसंच्या तसंच सर्वांना सांगितलं. अनुष्का तिच्या ऑफिसमध्ये तिला भेटायला कशी गेली, इथपासून ते थेट मराप्पानं आपल्या वहीतून त्या मंदिराचा इतिहास आणि त्यांच्या कुटुंबाचा इतिहास कसा शोधून काढला, इथपर्यंत.

"यावरून असं दिसतंय, की राजा बसप्पा यानं यशोदेच्या कुटुंबीयांना भली मोठी जमीन देणगी म्हणून दिली होती आणि म्हणून तुम्ही लोक इथले जमीनदार झाला आहात. देसाई कुटुंबीयांना नेहमीच राजदरबारी अधिकाराची पदं असायची

आणि बऱ्याच वेळा त्यांच्याकडे पुष्कळ जमीनजुमलासुद्धा असायचा. आता तुम्ही सर्व जण जेव्हा आपापल्या घरी परत जाल, तेव्हा तुमच्याकडे पूर्वापारपासून चालत आलेली किती जमीन होती, याचाही शोध घ्या. त्याचप्रमाणे तुमच्या घरातल्या वडीलधाऱ्या माणसांनी तुम्हाला या संदर्भात जर काही सांगितलेलं असेल, तर तेही आठवण्याचा प्रयत्न करा. या सगळ्या नुसत्या ऐकीव बातम्या नाहीयेत. या सर्व गोष्टींसाठी आपल्याकडे पुरावा आहे; त्यामुळे आता तुम्ही सर्वांनी मिळून या रहस्याचा शोध घ्यायचा आहे. या संपूर्ण गोष्टीची मी साक्षीदार आहे आणि तुम्हाला या बाबतीत जी काही मदत लागेल, ती करायला मी तयार आहे. शाळेच्या वर्गात बसून इतिहास शिकणं ही एक बाब झाली; पण या अशा पद्धतीनं इतिहास शिकणं ही फार आगळीवेगळी गोष्ट आहे. अनुष्कानं या बाबतीत पुढाकार घेतला आणि एक अतिशय गुंतागुंतीची आणि रहस्यमय अशी गोष्ट शोधून काढली, त्याबद्दल मी तिचं अभिनंदन करते.''

सर्व जण अनुष्काकडे पाहू लागले. तिला एकाच वेळी स्वतःचा खूप अभिमानही वाटत होता पण त्याचबरोबर ती जराशी लाजलीसुद्धा होती. तिचा चेहरा लाल झाला होता. तिनं आजीच्या पदरात आपलं तोंड लपवलं.

ममताचे बाबा म्हणाले, ''माझे वडील नेहमी असे सांगायचे, की आपण सर्व जण बाळेपुराचे देसाई लोक आहोत; पण पुढे आम्ही त्या आमच्या आडनावातलं फक्त डी एवढंच आद्याक्षर घेतलं.''

तेवढ्यात गोपाळआजोबा म्हणाले, ''माझी आई मला नेहमी सांगायची, 'तुला जर मुलगी झाली, तर तिचं नाव यशोदा ठेवायला हवं आणि तुला जर मुलगा झाला तर तू त्याचं नाव कृष्णा ठेव, आमच्या कुटुंबामध्ये हीच नावं पिढ्यान्‌पिढ्या चालू राहावीत, अशी आमच्या आई-वडिलांची इच्छा होती; पण पुढे लोक जेव्हा खेड्यातून शहरांमध्ये गेले आणि लग्न करून तिथे स्थायिक झाले, तेव्हा त्यांनी आपल्या मुलांची नावं स्वतःच्या पसंतीची ठेवली. त्यानंतर हळूहळू ही प्रथा बंदच पडली.''

आजोबा म्हणाले, ''माझं नाव कृष्णा आहे, यात काहीच आश्चर्य नाही आणि मी मात्र आमच्या कुटुंबाची ही परंपरा जाणून न घेताच माझ्या मुलाचं नाव शेखर ठेवलं. अनुष्काच्या जन्माच्या वेळी मला जर ही गोष्ट माहीत असती, तर मी तिचं नाव यशोदा ठेवलं असतं.''

गोपाळआजोबा म्हणाले, ''माझी पणजी आम्हाला तिच्या लहानपणीच्या गोष्टी सांगायची. त्यांच्या घरी पिढीजात जुनी पितळेची भांडी होती. या भांड्यांवर यशोदा आणि कृष्णा अशी नावं कोरण्यात आलेली होती.''

मग सर्वांनाच आपापल्या आई-वडिलांची आठवण झाली.

इब्राहिमच्या डोळ्यांत तर पाणीच आलं. "मला माझ्या वाडवडिलांचा आणि त्यांच्या कनवाळू आणि विशाल हृदयाचा खूप अभिमान वाटतो. आपण आपल्यावर सोपवलेलं काम कर्तव्यबुद्धीनं आणि आनंदानं पार पडलं पाहिजे, असं मला नेहमीच वाटतं; पण ही यशोदेने आमच्या घराण्याला दिलेली भेट आहे याची मला आजपर्यंत काहीच कल्पना नव्हती. माझे वडील अत्यंत रूढीप्रिय होते; पण त्यांनासुद्धा यामागची ही गोष्ट ठाऊकच नव्हती. अल्लाची आमच्यावर मेहरबानी आहे आणि यशोदेच्या कृपेनं आमच्या कुटुंबाला बरकत आलेली आहे. आमच्या घरी जे कोणी येईल, त्याला आम्ही नेहमीच जेवूखाऊ घालतो; पण आता उद्या जेव्हा आम्ही या समारंभाला उपस्थित राहू, तेव्हा आम्हाला आमच्या परंपरेची नक्कीच आठवण होईल."

मग सर्वांनी अनुष्कासाठी जोरजोरात टाळ्या वाजवल्या.

✿

दुसऱ्या दिवशी सकाळी सर्व जण नवे कपडे घालून मंदिरात गेले.

आजोबा आणि महादेव लाकडी रथाला आंब्याच्या पानांनी सजवत होते. या उत्सवासाठी रथाला पॉलिश करण्यात आलं होतं. शीला आणि आजी जमलेल्या पाहुण्यांची व्हॅक्सिनेशन सर्टिफिकेट्स तपासून बघत होत्या. अन्नदानाच्या कार्यक्रमामध्ये म्हैसूरपाक, वांगी भात आणि गोड पोहे, असा बेत होता. सर्वांना पत्रावळीवर जेवण वाढण्यात आलं.

आजोबांच्या आनंदाला तर पारावरच नव्हता. त्यांनी सर्व उपस्थितांसाठी मुद्दाम जास्तीचे लाडू मागवून घेतले होते.

त्यांनी घोषणा केली, "हा लाडू आमच्या अनुष्कातर्फे आहे बरं का!"

पूजेनंतर यशोदा आणि कृष्णा यांच्या पितळेच्या मूर्ती बाहेर आणून रथामध्ये ठेवण्यात आल्या. पुजारीबुवा रथाच्या पुढील भागात बसले. रथाला झेंडूच्या आणि शेवंतीच्या फुलांची सुंदर सजावट करण्यात आली होती. रथाच्या चार कोपऱ्यांना गुलाबाचे हार घालण्यात आले होते. इब्राहिमनं रथाला नमस्कार केला आणि त्यानंतर त्याने रथासमोर नारळ वाढवून कार्यक्रमाचा शुभारंभ केला. त्याने आपल्या मुलाबरोबर तो रथ ओढण्यास सुरुवात केली. जमलेल्या लोकांनी रथाच्या दिशेनं नाणी आणि केळी फेकण्यास सुरुवात केली. त्याचप्रमाणे लोकांनी रथावर फुलांचा वर्षाव केला.

सर्व जण मोठ्यांदा घोषणा देऊ लागले,

यशोदा-कृष्ण जय!

यशोदानंदन जय!

इब्राहिमने आणि त्याच्या मुलाने तो रथ थोडं अंतर पुढे नेल्यानंतर गावकऱ्यांनी

एकेक करत तो पुढे नेण्यास सुरुवात केली. आजोबा, आजी, गोपाळआजोबा आणि शारदाआजी या सर्वांनी मागे सरकून तरुण मुलांना पुढे जाण्यास जागा दिली आणि ते सर्व जण प्रार्थना करत मागे थांबले. लहान मुलांनीसुद्धा रथ ओढण्याचा प्रयत्न केला; पण त्यांना ते काही जमेना. मग त्यांना सर्वांबरोबर रथाच्या आजूबाजूनं चालण्यास सांगण्यात आलं. लोक रथाच्या दिशेने नाणी फेकत होते. अनुष्कानं खाली वाकून ती नाणी गोळा करण्यास सुरुवात केली. नंतर ती सर्व नाणी ती मंदिराच्या हंडीमध्ये नेऊन टाकणार होती.

एकीकडे अनुष्का रथाचं निरीक्षण करत होती. तो रथ लाकडाचा होता आणि अतिशय सुंदर होता. त्यावर फार बारकाईनं कोरीव काम केलेलं होतं; त्यामुळे तर तो एखाद्या पाषाणातून कोरलेल्या शिल्पाकृतीसारखा दिसत होता. त्या रथावर पुराणातील व्यक्तिरेखा, पशु-पक्षी, फळं, फुलं असं सर्व नक्षीकाम होतं.

रथाच्या एका बाजूला भगवान श्रीकृष्णाच्या बालपणीच्या कथा कोरलेल्या होत्या. उदाहरणार्थ, त्याचा बंदिवासात झालेला जन्म, त्याचे वडील वसुदेव त्याला टोपलीत घालून, यमुना नदीच्या पात्रातून वाट काढत पलीकडच्या तीरावर नेत असल्याचं दृश्य, कृष्णाने पूतना राक्षसिणीचा वध केल्याची कथा, किंवा आपल्या सवंगड्यांशी खेळत असलेला कृष्ण, कालियामर्दन, कृष्णाने गोवर्धन पर्वत आपल्या करंगळीवर तोलल्याचं दृश्य, उखळाला बांधून ठेवण्यात आलेला बाळकृष्ण, अशा अनेक कथा त्यावर होत्या.

रथाच्या दुसऱ्या बाजूला रामायणातील दृश्यं कोरण्यात आली होती. आपल्या भावांशी खेळणारा राम, पाठशाळेमध्ये विद्याभ्यास करणारा राम, धनुर्विद्या शिकणारा राम, राम-सीता स्वयंवर, लंकेचा सेतू ओलांडणारा राम, राम-रावण युद्ध, रावणाचा वध, ही अनेक दृश्यं त्यावर होती. जणूकाही एक अत्यंत सुंदर असं पुस्तकच त्यांच्यासमोर उलगडलेलं होतं.

रथाच्या आतमध्ये एका छोट्याशा वेदीवर यशोदा आणि कृष्णाच्या सुंदर मूर्ती विराजमान झालेल्या होत्या.

'या मूर्ती कोणी घडवल्या असतील?' अनुष्काच्या मनात आलं. आजोबांनी तिला त्याबद्दल सांगितलं. तामिळनाडूमधील अत्यंत कुशल अशा कारागिरांनी या सुंदर मूर्ती घडवल्या होत्या. त्यासाठी त्यांनी प्रचंड मेहनत केली होती आणि आपलं सर्व कौशल्य पणाला लावलेलं होतं.

उत्सव अतिशय उत्तम रीतीने पार पडला. सर्व जण जेव्हा घरी आले, तेव्हा ते सगळेच थकले होते.

अनुष्का आपल्या आजोबांपाशी जाऊन म्हणाली, ''आपल्या घराण्याची ही कथा ऐकल्यानंतर आता माझ्या मनात एक इच्छा निर्माण झाली आहे. यशोदानं

ज्या ज्या ठिकाणी प्रवास केला, त्या सगळ्या ठिकाणांना मला भेट द्यावीशी वाटत आहे. आपण उद्या त्या प्रवासाला निघायचं का?''

''अनुष्का, कालची ती सगळी कथा ऐकल्यावर आणि त्या शिलालेखामधून मिळालेल्या माहितीनुसार हे सर्व काही अडीचशे वर्षांपूर्वी घडलं असावं. त्यानंतर सगळ्या गोष्टींमध्ये कितीतरी बदल घडून आलेला आहे. लोक बदलले आहेत, ठिकाणं बदलली आहेत; पण तरीसुद्धा मला तुझी निराशा करायची नाहीये, त्यामुळे आपण नक्की जाऊ.''

त्यावर अनुष्का म्हणाली, ''आजोबा, जर तसं असेल ना, तर आपण तुंगा नदीच्या काठाकाठाने प्रवास करू. वाटेत आपण शृंगेरी, कूडली, हम्पी, गलगनाथ आणि आलमपूर, अशा सगळ्याच ठिकाणांना भेट देऊ. त्यानंतर जर आपल्याकडे वेळ शिल्लक राहिला तर आपण वरच्या बाजूला जाऊन भद्रा नदीसुद्धा पाहू.''

''हां, ही तुझी कल्पना तशी चांगली आहे; पण आपण आपल्याबरोबर प्रवासात आणखी लोकांना घेऊन जाऊ. मग खरी मजा येईल.''

तुंगा नदीचा मागोवा

आजोबांनी जेव्हा सहलीला जाण्याविषयी सांगितलं, तेव्हा विक्रम, ममता आणि रिया या सर्वांनाही त्यामध्ये रस वाटू लागला. आजोबांना वाटत होतं, की आपण शीलाला या सहलीच्या निदान काही भागात तरी सहभागी होण्यासाठी निमंत्रण द्यावं. मग त्यांनी एक व्हॅन भाड्याने घ्यायचं ठरवलं.

"तुम्ही काही काळजी करू नका. मी एका व्हॅनची आणि एका ड्रायव्हरची व्यवस्था करतो. तीर्थहळ्ळीमध्ये माझा एक मित्र आहे. तो आपल्यासाठी चांगली व्हॅन पाठवेल." महादेव म्हणाला.

दुसऱ्याच दिवशी व्हॅन येऊन हजर झाली. सहलीसाठी भरपूर खाऊ, फराळाचे पदार्थ बांधून घेण्यात आले. थोड्याशा पत्रावळीसुद्धा घेण्यात आल्या, पाण्याच्या बाटल्या भरून घेण्यात आल्या.

सगळे जेव्हा सहलीला निघाले, तेव्हा शारदाआजी म्हणाली, "अनुष्का, आता पुढच्या पाच वर्षांची वाट बघू नको बरं का. तू आमच्याकडे दर वर्षी यायला हवंस; आणि हो! येताना तुझ्या आई-वडिलांनासुद्धा घेऊन ये बरं का. आपण आपल्या मुळांशी कायम बांधील राहावं."

अनुष्कानं परत एकदा त्यांना भेट देण्याचं कबूल केलं. तिनं गोपाळआजोबा आणि शारदाआजी या दोघांनाही वाकून नमस्कार केला.

आपल्या नातेवाइकांनी भरलेली व्हॅन जेव्हा जायला निघाली, तेव्हा गोपाळआजोबांना खूप वाईट वाटू लागलं.

"आता हे घर कसं रिकामं रिकामं वाटतंय ना?" ते म्हणाले.

"आजोबा, काही काळजी करू नका. आम्ही हम्पीला जाऊन पुन्हा इकडे परत येणारच आहोत." विक्रम म्हणाला.

✿

त्यांचा प्रवास सुरू झाला. त्यांच्या व्हॅनच्या मागोमाग एक रिकामी कारसुद्धा येऊ द्यावी, असं आजोबांचं मत होतं; म्हणजे हम्पीनंतर आजी, आजोबा आणि अनुष्का त्या कारमध्ये बसून पुढे जाणार होते. महादेव त्यांना त्या कारमधून सोमनहळ्ळीला घेऊन जाणार होता.

तो प्रवास फार सुंदर होता. वळणावळणाचे रस्ते होते, रस्त्याच्या दुतर्फा जंगली झाडांचं रान होतं. तसंच त्यांना वाटेत लहानलहान धबधबेसुद्धा दिसत होते. सगळीकडे नुसतं हिरवंगार होतं- तो सर्व निसर्ग डोळ्यांना फारच सुखद वाटत होता. वाटेत बरेच प्रवासी आणि कितीतरी गाड्या शृंगेरीला निघालेल्या त्यांना दिसल्या- शृंगेरी हे एक लोकप्रिय पर्यटन स्थळ होतं. त्यांचा पहिला मुक्काम शृंगेरीलाच होता.

ते सर्व जण देवळापाशी उतरले आणि देवळाच्या प्रांगणाकडे चालतच निघाले. ते नेमकं कुठलं देऊळ होतं हेच मुलांच्या लक्षात येईना; त्यामुळे ती गोंधळून गेली.

"ही दोन मंदिरं अतिशय प्रसिद्ध आहेत. हे पहिलं शारदा मंदिर आहे, तर दुसरं विद्यारण्य मंदिर आहे. शारदा हे देवी सरस्वतीचंच दुसरं रूप आहे. हे अतिशय पुरातन मंदिर आहे. हे नवव्या शतकामध्ये उभारण्यात आलं." शीला शारदा मंदिराकडे बोट दाखवत म्हणाली.

"काय मजेशीर शब्द आहे, शृंगेरी! हा शब्द उच्चारायला किती कठीण आहे." ममता म्हणाली.

"तुंगा नदीवरचं हे एक अत्यंत सुंदर असं ठिकाण आहे." शीला पुढे सांगू लागली. "या ठिकाणाला शृंगेरी असं का म्हणतात, याविषयी अनेक कथा प्रचलित आहेत. त्यातल्या सर्वांत लोकप्रिय कथेनुसार – अत्यंत सुप्रसिद्ध आणि महान ऋषी श्री आदिशंकराचार्य हे आठव्या शतकामध्ये इथे वास्तव्य करून राहिले होते. ते या ठिकाणी आले. त्यांनी इथले सुंदर डोंगर आणि संथपणे वाहणारा नदीचा प्रवाह पाहिला आणि ते फारच प्रभावित झाले. त्याचप्रमाणे असंही म्हणतात, की त्यांना इथे एक आगळंवेगळं दृश्य पाहायला मिळालं. त्यांच्यासमोरच एक नाग एका बेडकीवर आपल्या फण्याची छाया धरून उभा होता आणि ती बेडकी आपल्या पिलाला जन्म देत होती. खरं तर नाग आणि बेडूक हे एकमेकांचे कट्टर शत्रू; पण इथे हेच एकमेकांना मदत करत होते. 'हे दृश्यच किती अनन्यसाधारण आहे' असं त्यांच्या मनात आलं. मग त्यांनी इथे एक तत्त्वज्ञानाचं पीठ उभं केलं आणि त्याला शंकरमठ असं नाव दिलं. मठ म्हणजे सर्व संन्याशांचं विद्या ग्रहण करण्याचं आणि निवास करण्याचं ठिकाण.

पुढील काळात ते प्रवास करून उत्तरेला गेले आणि तिथे त्यांनी हिमालय

पर्वतामध्ये बद्रिनाथ क्षेत्राच्या जवळ ज्योतिर्मठ स्थापन केला. त्यानंतर ते पूर्वेकडे गेले आणि त्यांनी ओडिशामध्ये जगन्नाथपुरीचा मठ स्थापन केला. त्यानंतर ते पश्चिमेला द्वारकेकडे गेले आणि त्यांनी गुजरात राज्यात द्वारका मठ स्थापन केला. अशा प्रकारे त्यांनी भारतामध्ये चार ठिकाणी चार मठ स्थापन केले आणि तिथे आपल्या तत्त्वज्ञानाचा प्रसार करण्यासाठी पीठं स्थापन केली.''

''शीलाआक्का, तुला इतिहासाची किती गं माहिती आहे आणि तुला किती कथा माहीत आहेत. हे सगळं तू कुठे शिकलीस?'' रियानं विचारलं.

शीलाला ते ऐकून गंमत वाटली. ती म्हणाली, ''अगं, ही नोकरी मिळवण्यासाठी मला स्पर्धा परीक्षांची तयारी करावी लागली. ती करत असताना मी 'कर्नाटकाचा इतिहास' हा विषय घेतला होता; त्यामुळे मला माझ्या राज्याविषयी खूप शिकायला मिळालं आणि तो अभ्यास करताना मला खूपच मजा आली.''

ते प्रांगण प्रचंड मोठं होतं. ते सर्व जण चालत पुढे निघाले. समोरच दोन हत्ती मजेत उभे होते. ते केळी आणि ऊस खात होते. मुलांना ते पाहून खूप मजा वाटली. मुलं त्या हत्तींच्या जवळ गेली आणि प्रत्येकानं हत्तीच्या समोर एकेक केळं आणि एकेक दहा रुपयाची नोट धरली. तो हत्ती चांगलाच हुशार होता. त्यानं दहा रुपयाची नोट खाल्ली नाही. त्यानं ती आपल्या माहुताला दिली आणि केळं मात्र फस्त केलं. मग त्या हत्तीनं आपल्या सोंडेनं प्रत्येकाच्या मस्तकाला स्पर्श केला. हा अनुभव सर्वांसाठी खूपच नवा होता; त्यामुळे त्यांना फारच मजा वाटली. मग मुलांनी आजी-आजोबांकडून पैसे घेतले आणि ते त्या हत्तीला देऊन हत्तीचे आशीर्वाद घेतले.

''संपूर्ण कर्नाटक राज्यातून इथे लहान मुलं अक्षराभ्यासासाठी येतात.'' शीलाआक्का म्हणाली.

''अक्षराभ्यास म्हणजे काय?'' विक्रमनं विचारलं.

''मुलांनी शालेय शिक्षणाला सुरुवात करण्यापूर्वी त्यांच्यावर अक्षराभ्यास नावाचा एक संस्कार करण्यात येतो. पालक एका ताटामध्ये तांदूळ घेऊन आपल्या मुलाचं बोट हातात धरून त्याला त्या तांदळानं भरलेल्या ताटामध्ये अक्षर गिरवायला सांगतात. असं केल्यानं त्या मुलाच्या मनात अभ्यास करताना चांगले विचार येतील, त्याचप्रमाणे त्याच्यावर सरस्वती देवीची कृपादृष्टी राहील, असा समज आहे.'' आजोबा म्हणाले.

''अनुष्का, तुझे वडील जेव्हा लहान होते, तेव्हा आम्ही त्यांना घेऊन इथे अक्षराभ्यासासाठी आलो होतो.'' आजोबा मोठ्या अभिमानानं म्हणाले.

या देवालयामधील सर्वांत प्रमुख देवता शारदाम्बा होती. ती पद्मासनात बसलेली होती. तिच्या अंगावर एक भरजरी साडी होती आणि अनेक सुवर्णालंकार

होते. त्याच पटांगणात देवी दुर्गा आणि राजराजेश्वरी यांचीसुद्धा छोटी-छोटी मंदिरं होती.

सगळ्या मुलांनी आजूबाजूचा परिसर न्याहाळून पाहिला. एका बाजूला एक प्रशस्त मांडव होता. तिथे शेकडो मुलं आपापल्या आई-वडिलांबरोबर बसलेली होती. त्यांच्या हातात तांदळानं भरलेल्या थाळ्या होत्या. शिक्षणावरील श्रद्धा आणि प्रेम हेच यातून दिसत होतं.

''असा अक्षराभ्यासाचा संस्कार माझ्यावर कधी होणार?'' अनुष्का म्हणाली.

''अगं, तू जेव्हा लहान होतीस ना, तेव्हा तुझ्या अक्षराभ्यासाच्या संस्काराच्या वेळी शृंगेरीमध्ये मुसळधार पाऊस पडत होता; म्हणून आम्ही सोमनहळ्ळीच्या गणपती मंदिरामध्ये तुझा अक्षराभ्यास संस्कार केला होता.'' आजी म्हणाली.

''मला खरं तर माझा अक्षराभ्यास इथे व्हायला हवा होता.'' अनुष्का दुःखी स्वरात म्हणाली.

''मी इथे पर्यटकांना घेऊन कितीतरी वेळा आलो आहे.'' महादेव हृद्य आठवणी आठवत म्हणाला.

''इथे असलेलं आणखी एक प्रसिद्ध मंदिर म्हणजे विद्यारण्य मंदिर. हे पुरातन मंदिर आहे. हे इसवी सन १३३८मध्ये बांधण्यात आलं असावं. महान संत विद्यारण्य यांच्यावरून मंदिराला हे नाव देण्यात आलं आहे. त्यांनी विजयनगर साम्राज्याच्या उभारणीमध्ये हातभार लावला होता. असं म्हणतात, की जेव्हा हक्क आणि बक्क या विजयी वीरबंधूंकडे काहीच पैसे नव्हते, तेव्हा विद्यारण्य स्वामींनी शारदा देवीची आराधना केली आणि तिथे सुवर्ण मुद्रांचा वर्षाव झाला. या विद्याशंकर मंदिराच्या अंतर्भागात (यालाच विद्यारण्य मंदिर असेही म्हणतात) काही छोटी-छोटी मंदिरं आहेत. ही इतर देवदेवतांची आहेत. या मंदिराचं बांधकाम अत्यंत सुंदर आहे. त्यावर पाषाणात कोरलेल्या शिल्पाकृती आहेत आणि याचं एक प्रमुख वैशिष्ट्य म्हणजे इथे दगड कोरून त्यापासून बनवलेल्या साखळ्या आहेत. त्या सर्वांचं लक्ष वेधून घेतात.''

''अरे महादेव, तू तर एखाद्या प्रशिक्षित गाईडसारखाच बोलतोस की!'' शीला हसून म्हणाली.

''हो ना, मी आजपर्यंत इतक्या गाईड्सचं बोलणं ऐकलं आहे, की मी आता अर्धाअधिक गाईडच बनलो आहे म्हणा ना!'' महादेव म्हणाला. मग त्याने विद्यारण्य मंदिराच्या छतातून खाली लोंबकळत असलेल्या दगडांच्या साखळ्यांकडे बोट दाखवलं. ते पाहून मुलांना आश्चर्याचा धक्का बसला.

''मुलांनो, एक गोष्ट लक्षात ठेवा. या साखळ्या एका एकसंध पाषाणापासून बनवण्यात आलेल्या आहेत. किंचितशा धक्क्यानेही त्यांचं सौंदर्य भंग पावेल.''

महादेव पुढे म्हणाला.

सर्व जण मंदिराच्या भिंतीलगत असलेल्या कट्ट्यावर बसले आणि त्यांनी तिथून बरेच फोटो काढले.

"आता आपण सगळे जण नदीवर जाऊ." आजी म्हणाली. त्यानंतर ते सर्व जण पायऱ्या उतरून नदीपाशी गेले. "पूर्वीच्या काळी या नदीला भरपूर पाणी असायचं; पण आता पाण्याची पातळी बरीच कमी झालेली आहे, त्यामुळे आपल्याला बऱ्याच पायऱ्या उतरून खाली जावं लागतं. या पायऱ्या खूप रुंद आहेत आणि अगदी खोलवर जाऊन पोचलेल्या आहेत. इथल्या पाण्यातले मोठे मोठे मासे हे पर्यटकांसाठी प्रमुख आकर्षण आहे."

सर्व मुलांनी आधी प्रार्थना म्हटली. त्यानंतर ते सगळे पायऱ्या उतरून नदीच्या पात्रापाशी गेले आणि त्यांनी पाण्यातल्या माशांना कडलपुरी खाऊ घातले. चुरमुऱ्यांना या भागामध्ये कडलपुरी असं म्हणतात. माशांना ते खूप आवडतात. पाण्यात तरंगणारे चुरमुरे खाण्यासाठी मासे कसे घाईघाईनं पोहत पाण्याच्या पृष्ठभागावर येत होते, हे पाहून मुलांना फार मजा वाटली. एकंदर तो सगळाच अनुभव अतिशय सुंदर होता.

त्यानंतर ते शारदा मंदिराकडे गेले. तिथे देवीचं दर्शन घेण्यासाठी भली मोठी रांग होती. देवीचा शांत चेहरा चमकत होता. तिच्या एका हातात वीणा होती. ते सगळंच दृश्य अतिशय सुंदर होतं. तिथल्या गुरुजींनी मुलांकडे पाहिलं आणि ते म्हणाले, "तुम्ही सर्वांनी देवी सरस्वतीची उपासना केली पाहिजे; म्हणजे ती तुमची मनं ज्ञानलालसेनं भरून टाकेल. देवीकडे परीक्षेमध्ये चांगले गुण मिळवण्यासाठी प्रार्थना करू नका, तर ज्ञानप्राप्तीसाठी प्रार्थना करा. ही देवी तुम्हाला बरंच काही देऊ शकते. ही गायन, वादन आणि नृत्य या कलांची अधिष्ठात्री आहे; त्याचप्रमाणे या देवीची उपासना केल्यावर तुम्हाला एकमेकांशी कसं वागावं, बोलावं याचंसुद्धा ज्ञान होतं."

मुलं त्या देवीच्या सुवर्णमूर्तीकडे आश्चर्यचकित होऊन बघत राहिली. त्यांच्यापैकी प्रत्येकाला प्रसाद म्हणून एकेक केळं मिळालं. त्यानंतर ते सर्व जण भोजनगृहात गेले. भोजनाच्या वेळी मंदिरात उपस्थित असलेल्या प्रत्येकाला तिथे मोफत भोजन मिळण्याची सोय होती.

त्या सर्वांना केळीच्या पानावर जेवायला वाढण्यात आलं. मुलं एका बाकावर जेवायला बसली. जेवण साधंसंच होतं; पण प्रत्येकाला ते खूप आवडलं.

"आपण आयुष्यात कधीही कुणाकडून काहीच फुकट घेऊ नये." आजी म्हणाली. "आपण इथल्या दानपात्रामध्ये आपल्या भोजनाप्रीत्यर्थ काही रक्कम दान करू."

त्यानंतर त्यांनी जाऊन दानपात्रामध्ये काही रक्कम टाकली आणि तिथून त्यांचा दक्षिणेकडील प्रवास सुरू झाला.

✿

इथून पुढचा त्यांचा प्रवास दाट झाडीतून होता. अखेर ते शिमोगा इथे जाऊन पोचले. हे एक मोठं शहर होतं. तिथे त्यांनी अत्यंत सुंदर अशा शिवाप्पा नायक पॅलेस म्युझियमला भेट दिली. त्या भागामध्ये सापडलेली अतिशय सुंदर अशी शिल्पं आणि लाकडावर कोरीव काम केलेल्या वस्तू तिथे प्रदर्शनात मांडण्यात आलेल्या होत्या.

त्यानंतर १५ किलोमीटरचा कारचा प्रवास करून ते सर्व जण कूडलीला येऊन पोचले. या ठिकाणी त्यांना प्रचंड मोठी तुंगा नदी आणि तिच्याहून लहान अशी भद्रा नदी यांचा संगम पाहायला मिळाला. संध्याकाळच्या प्रकाशामध्ये संगमाचं ते स्थान अतिशय सुंदर दिसत होतं. मुलं नदीच्या काठी बसली आणि त्यांनी तिथून त्या दोन्ही नद्या एकमेकींना जिथे मिळत होत्या ते ठिकाण पाहिलं. संगमापाशी एक देऊळ होतं.

"आता इथून पुढे या नदीला तुंगभद्रा असं म्हणतात. या ठिकाणी संगमेश्वर आणि रामेश्वर ही दोन प्राचीन मंदिरं आहेत. या मंदिरातल्या शिल्पाकृती खरोखरच अप्रतिम होत्या." आजी म्हणाली.

"हो. ही मंदिरं फक्त एक हजार वर्षांपूर्वी बांधण्यात आली." शीलाआक्का म्हणाली.

"फक्त एक हजार वर्षांपूर्वी?" ममता आश्चर्यानं म्हणाली.

"इतिहासाच्या दृष्टीनं पाहिलं, तर एक हजार वर्षांचा काळ हा काही फार मोठा नाही." शीला म्हणाली. "त्याचा अर्थ इतिहासाची केवळ काही पानं असा होतो. कूडली इथे दोन नद्यांचा संगम होत असल्यामुळे या प्रदेशावर ज्या ज्या राजांनी राज्य केलं, त्यांच्यातल्या प्रत्येकाला इथे एक तरी देऊळ बांधायचं होतं; कारण त्या काळामध्ये आपल्या राजवटीमध्ये अशा तऱ्हेची स्मारकं उभारणं, हे अत्यंत प्रतिष्ठेचं मानण्यात येत असे."

"मुलांनो, इथे तर आपल्याजवळ गाईड नाही; त्यामुळे तुम्हाला हिंडून जे काही बघायचं असेल, ते बघा." आजोबा म्हणाले.

मग मुलांनी तिथे फोटो काढण्यास सुरुवात केली.

"मरप्पाच्या कथेनुसार इथे एखादा आश्रम असला पाहिजे आणि त्या आश्रमामध्ये मोफत जेवणाचं वाटप होत असलं पाहिजे. मग आपण त्याचा शोध घ्यायचा का?" आजी आजोबांना म्हणाली.

"हो. पण कदाचित त्या आश्रमाचं नाव आता बदललेलं असू शकेल."

पण ते जेव्हा परत जायला निघाले, तेव्हा त्यांना रस्त्यात एक पाटी दिसली. त्या पाटीवर 'शांती आश्रम' अशी अक्षरं लिहिलेली होती.

मग सर्वांच्या मनात यशोदेचा विचार आला.

"आपण आत जाऊ यात का?" अनुष्का अत्यंत उत्साहानं म्हणाली.

विक्रम, ममता आणि रिया यांना मात्र पायऱ्या उतरून नदीपाशी जाऊन तिथले फोटो काढायचे होते.

आजोबांनी त्यांना तशी परवानगी दिली. मग सगळे जण आपल्याला हव्या त्या ठिकाणी गेले. सगळ्यांनी परत त्याच ठिकाणी एक तासानंतर भेटायचं असं ठरलं.

आजोबा, आजी आणि अनुष्का त्या आश्रमामध्ये गेले. मंदिराच्या पुढच्या भागात ऑफिस होतं. तिथल्या कारकुनानं त्यांचं प्रसन्नपणे हसून स्वागत केलं.

"तुमच्या इथे निवासाची सोय आहे का?" आजोबांनी विचारलं.

"हो, आहे ना. आमच्या इथे अन्नदानसुद्धा असतं. आत्ता दुपारच्या नाश्त्याची वेळ झालेली आहे. तुम्हाला हवं तर तुम्हीसुद्धा या ना. थोडसं काहीतरी खाऊन घ्या."

अनुष्काला तिकडे काय आहे, ते बघण्याची इच्छा होती. मग त्या कारकुनाने त्यांना रस्ता दाखवला. त्यानंतर ते एका भल्यामोठ्या भोजनगृहात गेले. तिथे अनेक लोक रांगेनं जमिनीवर बसलेले होते. एक मध्यमवयीन स्त्री सर्वांना कॉफी देत होती; त्याचबरोबर केळीच्या पानावर पोहे वाढत होती. एक लहान मुलगा सर्वांना पाणी देत होता.

"कदाचित शंभर वर्षांपूर्वी यशोदा आणि कृष्णा लोकांना असंच जेवायला वाढत असतील." आजोबा म्हणाले. "परंपरा अशाच चालू राहतात."

त्यांनी अनुष्काकडे पाहिलं. तिनं मान हलवली. कधी कधी परस्परांशी संवाद साधायला शब्दांची गरजच नसते, मौनानंसुद्धा संवाद साधता येतो.

त्यांचे पोहे खाऊन झाले. आता यशोदेच्या देणगीविषयी आणखी काही माहिती मिळते का ते पाहावं, असं आजोबांनी सुचवलं. मग ते तिथून मंदिराच्या व्यवस्थापकाकडे गेले. तो कॉम्प्युटरवर काहीतरी टाइप करत होता.

"या आश्रमाला ज्या देणग्या मिळालेल्या आहेत, त्याविषयी तुमच्याकडे काही नोंदी आहेत का?" आजोबांनी विचारलं.

"हो, कदाचित असतीलही. पाचशे वर्षांपूर्वी अनेक राजे, राण्या, जमीनदार, कलाकार, व्यापारी आणि सामान्य माणसंसुद्धा या आश्रमाला देणग्या देत असत. या आश्रमाला समाजात चांगलं नाव आहे. आम्हाला मिळालेला प्रत्येक पैसा आम्ही गरजूंच्या मदतीसाठीच वापरतो. आम्ही इथल्या प्रत्येक देणगीदाराचा आदर

करतो. कुणी किती रकमेची देणगी दिली आहे, याला काही महत्त्व नाही.'' व्यवस्थापक अभिमानानं म्हणाला.

''यशोदा नावाच्या स्त्रीनं या मंदिरासाठी जमिनीचा तुकडा दान दिलेला आहे का, हे तुम्ही पाहू शकाल का? ही गोष्ट साधारण अडीचशे वर्षांपूर्वीची आहे.'' अनुष्का म्हणाली.

''किंवा कदाचित मलेनाडू इथल्या बसाप्पा पाळेगार यांच्याकडूनसुद्धा ती देणगी असू शकेल.'' आजोबा म्हणाले.

तसा बऱ्यापैकी उशीर झालेला होता; आणि आजूबाजूला फारसे कोणी लोक नव्हते. त्यामुळे त्या वृद्ध व्यवस्थापकानं सर्व तपशील आनंदानं पुरवण्याची तयारी दाखवली.

''हे जरासं कठीण वाटतंय. आम्हाला कुणाकडून तरी जमीन मिळालेलीदेखील असेल; पण कालांतराने नावंही बदलतात. मग आम्ही त्याला दुसरंच काहीतरी नाव देऊन टाकतो. उदाहरणार्थ, आमच्याकडे रंगाण्णा यांनी दिलेला जमिनीचा तुकडा आहे; पण आता त्याला 'गुंडाण्णा फार्म' असं म्हणण्यात येतं. त्याचं असं झालं, त्या जमिनीची देखभाल करणारा जो माणूस होता, त्याचं नाव होतं गुंडाण्णा. त्यामुळे आपोआपच काही दिवसांनी इथे सगळे जण त्याला गुंडाण्णा फार्म असं म्हणू लागले; पण आमच्या खातेवहीमध्ये मात्र अजूनसुद्धा त्याचं नाव रंगाण्णा फार्म असंच आहे बरं का. या रंगाण्णाला जुळी मुलं होती आणि तो आमच्या आश्रमात येणारा एक भक्त होता; त्यामुळे त्याने आम्हाला एक जमिनीचा खूप मोठा तुकडा दिला. त्या जमिनीवर एक तळंसुद्धा होतं.'' व्यवस्थापक म्हणाला.

''असं आणखी एक उदाहरण आहे, ते म्हणजे, 'चिन्नम्माची आमराई.' एक सुंदर नर्तकी होती. ती राजे महाराजांसाठी नृत्य सादर करत असे आणि त्यातून तिला भरपूर पैसे मिळत असत. शेवटी तिने भगवान संगमेश्वराच्या नावाने आपली सगळी जमीन करून टाकली; पण त्या जमिनीला अजूनही आम्ही 'चिन्नम्माची आमराई' असंच म्हणतो. खरं तर ती देणगी तिनं संगमेश्वराच्या नावानं दिली होती. असं आणखी एक उदाहरण द्यायचं झालं, तर गोपाळ नायक यांच्या नारळाच्या बागेचं देता येईल. गोपाळ नायक या प्रदेशाचा राजा होता आणि त्याने आम्हाला एक नारळाची बाग देणगी म्हणून दिली होती. आम्ही त्याला 'नायकाची बाग' असं म्हणतो. आमच्या देणगीदारांची यादी खूप मोठी आहे; कारण हा आमचा आश्रम फारच लोकप्रिय आहे.''

''तुम्हाला अडीचशे वर्षांपूर्वी आणखी एखादी खूप मोठी देणगी मिळाली आहे का?''

“आता हे लगेच सांगणं कठीण आहे; पण मी जरा तपासून बघतो.” असं म्हणून तो व्यवस्थापक दुसऱ्या एका खोलीत गेला.

आजोबा म्हणाले, “कदाचित जुन्या हिशोबाच्या वह्या त्या खोलीत ठेवण्यात येत असतील.”

व्यवस्थापक परत आला तेव्हा तो म्हणाला, “हो. खूप मोठी देणगी मिळालेली होती. आणि त्या देणगीचं नाव ‘यशोदा-कृष्णा यांच्याकडून मिळालेली देणगी’ असं होतं.”

हे ऐकून त्या तिघांनाही अत्यंत आनंद झाला.

“तुम्ही त्या जमिनीवर काय पिकवता? एकूण किती जमीन देण्यात आली होती? आणि ती नेमकी कधी देण्यात आली होती?” आता मात्र आजोबांची उत्सुकता फारच चाळवली होती.

“सर, तुम्ही आम्हाला ही माहिती देऊ शकाल का? मी केवळ उत्सुकतेपोटीच विचारतोय हं. मलेनाडूच्या यशोदा आणि कृष्णा यांनी इथे या मंदिराला काही जमीन देणगी म्हणून दिली होती, असं आम्ही ऐकून आहोत, एवढंच. बाकी आम्हाला दुसऱ्या कशातच रस नाहीये.”

“अच्छा. थांबा हं, मी बघतो. तुम्ही देणग्यांच्या विषयांमध्ये काही संशोधन करताय का? मध्ये एकदा असंच बंगळुरूहून एक संशोधक इथे आला होता. तो त्याच्या पीएच.डी.साठी काही संशोधन करत होता. तो शंभर वर्षांपूर्वी देण्यात आलेल्या जमिनीच्या देणग्यांविषयी विचारत होता. आमच्या इथे असे अनेक संशोधक येतात. त्यांच्याकडे जी माहिती उपलब्ध असते, ती पडताळून पाहण्यासाठी ते इथे येतात.” आश्रमाचा व्यवस्थापक म्हणाला.

“तसं अंदाजे सांगता येईल.” व्यवस्थापक पुढे म्हणाला. “यशोदा आणि कृष्णा यांच्याकडून आम्हाला ५०० एकर जमीन मिळाली होती; पण मग सरकारनं जेव्हा रस्ता रुंदीकरण केलं, तेव्हा त्यातली अर्धी जमीन गेली. जी काही जमीन शिल्लक उरलेली होती, त्यावर आम्ही एक शाळा, एक कॉलेज आणि एक मुलींचं वसतिगृह, तसंच एक मुलांचं वसतिगृह बांधलं. या शाळेचं नाव आहे शांती आश्रम शाळा; पण मुलींच्या वसतिगृहाचं नाव आहे यशोदा आणि मुलांच्या वसतिगृहाचं नाव आहे कृष्णा. आम्ही देणग्या घेतो, त्यानंतर आम्हाला देणगीदाराच्या नावाचा कधीही विसर पडत नाही. देणगी देणाऱ्यानं आम्हाला काही सांगितलेलं असो किंवा नसो; पण आम्ही त्यांच्या देणगीमधून जे उपक्रम सुरू करतो, त्याला आम्ही त्या देणगीदाराचंच नाव देतो, उदाहरणार्थ ‘चिन्नम्मा नृत्य विद्यालय’. त्याचं काय आहे काका, आम्ही मनात नेहमी या दानशूर व्यक्तींबद्दल कृतज्ञता जपतो.”

इथे हाती आलेल्या माहितीनं मराप्पाच्याच कहाणीला पुष्टी दिली होती. त्या तिघांनी उठून त्या व्यवस्थापकाचे आभार मानले.

''तुम्ही आम्हाला ही माहिती पुरवलीत, त्याबद्दल तुमचे आभार बरं का. आणि हो, तुम्ही या मिळालेल्या देणग्यांची किती व्यवस्थित, काटेकोरपणे नोंद ठेवलेली आहे! देव तुमचं कल्याण करो.'' आजी म्हणाली.

मग ते तिघंही तिथून अतिशय आनंदानं बाहेर पडले आणि त्या व्यवस्थापकानं ज्या ज्या इमारतींचा उल्लेख केला होता, त्या पाहण्यासाठी गेले.

''अरे वा! यशोदा आणि कृष्णा यांना ही खूप मोठी आदरांजली आहे.''

त्या रात्री ते सगळे शांती आश्रमातच मुक्कामाला राहिले. त्यांना त्या जागेची जरा नीट ओळख करून घ्यायची होती. दुसऱ्या दिवशी त्यांचा होस्पेटमार्गे हम्पीकडे जाण्याचा प्रवास सुरू झाला. हा मुलूख पूर्णपणे वेगळाच होता. रस्त्यात कुठेही झाडी नव्हती. सगळा ओसाड प्रदेश होता.

''शीलाआक्का, आता तुंगभद्रा नदी केवढी मोठी झाली आहे आणि तिच्या पात्रामध्ये केवढं पाणी आहे. हे पाणी लोक केवळ पिण्यासाठीच वापरतात का?'' रिया व्हॅनच्या खिडकीतून बाहेर बघत म्हणाली.

''शेतकऱ्यांना वर्षभर सतत नियमित पाण्याचा पुरवठा लागतो. त्या दृष्टीनं नदी ही त्यांच्यासाठी कायमच खूप महत्त्वाची असते. आपण नेहमी असं म्हणतो, की एखाद्या शेतकऱ्याकडे जर कायमस्वरूपी पाण्याचा स्रोत असेल, उदाहरणार्थ, एखादी विहीर किंवा कालवा, तर असे शेतकरी श्रीमंत असतात. जुन्या काळी राजेमहाराजांना याची पूर्ण कल्पना होती; त्यामुळेच लोककल्याणकारी राजे नेहमी धरणं, तळी, कालवे असं बांधत असत आणि पाणी सिंचनाची उत्तम सोय करत असत. जेव्हा कृष्णदेवराय विजयनगर साम्राज्याचा राजा होता, तेव्हा त्यानं पाणीपुरवठा सुधारण्यासाठी आणि तुंगभद्रेला येणाऱ्या पुराला प्रतिबंध करण्यासाठी पुष्कळ प्रयत्न केले. त्यानं नदीच्या संरक्षणासाठी नदीच्या काठी तटबंदी बांधली, दळणवळणासाठी पूल बांधले. पाण्याचा नियमित पुरवठा होण्यासाठी कालवे बांधले. त्यानं बांधलेल्या कालव्याला 'रायरकालूवे' किंवा 'रायाचा कालवा' असं म्हणतात. राजा कृष्णदेवराय याला सर्व जण राया म्हणूनच ओळखत. आपण हम्पीला जाऊ ना, तेव्हा मी तुला सगळं दाखवीन. पाचशे वर्षांनंतरसुद्धा या कालव्यांचा लोकांना अजूनही उपयोग होत आहे.'' शीलाआक्का म्हणाली.

या राजाच्या दूरदृष्टीचं मुलांना फारच आश्चर्य वाटलं.

''मला नेहमी असं वाटायचं, की राजेरजवाडे त्यांना जे काय हवं असेल ते खातात, सिंहासनावर बसतात आणि आपल्या सत्तेचा उपयोग करून लोकांवर सत्ता गाजवतात.'' ममता म्हणाली. ''कारण आजपर्यंत मी ज्या काही गोष्टी

वाचल्या, त्यात हे असंच तर वाचलेलं आहे; पण राजावर एवढ्या जबाबदाऱ्या असतात हे तर मला माहीतच नव्हतं.''

त्यावर सर्व जण हसले.

''मला नाही बाबा राज्य वगैरे करायचं. मला आपलं एखाद्या गरीब राजासारखं राहायचंय.'' ममता खांदे उडवत म्हणाली.

सगळे परत हसले.

ते होस्पेटला जाऊन पोचले, तेव्हा मुलांना लगेच धरण बघायला जायचं होतं. एव्हाना त्यांनी इंटरनेटवर ते धरण बघूनसुद्धा ठेवलं होतं; पण धरण बघायला इतकी सहजासहजी परवानगी मिळेलच असं नाही, असं शीलाआक्कानं त्यांना सांगून ठेवलं होतं.

''आपल्याला पाहिजे तेव्हा काही आपण तिथे ये-जा करू शकत नाही.'' ती म्हणाली; पण तरीसुद्धा मुलं हट्ट सोडायला तयार नव्हती. मग ती म्हणाली, ''ठीक आहे. मी प्रयत्न करून बघते.''

शीलाआक्का ऑफिसमध्ये गेली, तेव्हा सर्व जण बाहेरच वाट बघत थांबले होते. तोपर्यंत मुलांनी नदीपात्राचं सुंदर दृश्य बघायला सुरुवात केली.

थोड्या वेळातच ती बाहेर आली. तिने मुलांना धरणाच्या जवळून चालायला नेण्यासाठी खास परवानगी मिळवली होती.

सर्व जण धरणाच्या दिशेनं चालू लागले तेव्हा शीलाआक्का म्हणाली, ''हे धरण दोन टेकड्यांच्या मधोमध बांधण्यात आलं आहे. त्यातल्या एका टेकडीचं नाव आहे वैकुंठ, म्हणजे भगवान श्री विष्णूंचं निवासस्थान, तर दुसऱ्या टेकडीचं नाव आहे कैलास, म्हणजे भगवान श्री शंकरांचं निवासस्थान.''

अनुष्का एकदम मध्येच म्हणाली, ''शीलाआक्का, आपण जेव्हा धरण बांधतो, तेव्हा पाण्याचा प्रवाह रोखून धरतो. मग समजा, त्या ठिकाणी एखादं गाव असेल, तर त्याचं काय होतं?''

''होय, अनुष्का. हे धरण बांधल्यावर अनेक गावं पाण्याखाली आली; पण मग सरकारनं त्यांना नुकसानभरपाई दिली आणि त्यांची जेवढी जमीन धरणाखाली गेली होती, तेवढीच जमीन त्यांना दुसरीकडे दिली.''

मुलांना धरणातील पाण्याचा साठा पाहून खूप गंमत वाटली. तो साठा एखाद्या मोठ्या समुद्रासारखाच दिसत होता. नजर पोचेल, तिथपर्यंत पाणीच पाणी होतं.

''समजा कधी नदीला पूर आला किंवा दुसऱ्या काही कारणाने पाण्याची पातळी या धरणापेक्षा जर जास्त वाढली, तर मग काय होतं गं शीलाआक्का?'' ममतानं विचारलं.

“जर असं झालं, तर मग धरणाचे सगळे दरवाजे उघडण्यात येतात. ते दृश्य मोठं बघण्यासारखं असतं. असं जेव्हा घडतं ना, तेव्हा कर्नाटकचे मुख्यमंत्री स्वत: इथे येतात आणि ते तुंगभद्रा नदीचा सन्मान करतात. तिची पूजा करतात. शिवाय धरणाचे दरवाजे उघडण्यात येण्याआधी खालच्या बाजूला राहणाऱ्या लोकांना सावधगिरीची सूचना देण्यात येते.”

“नदीचा सन्मान करतात? म्हणजे काय करतात?” विक्रम म्हणाला. ‘नदी म्हणजे काही जिवंत व्यक्ती नव्हे.’ त्याच्या मनात आलं.

“आपण भारतीय नदीला एखादी स्त्री असल्यासारखं वागवतो आणि कोणत्याही शुभप्रसंगी स्त्रियांना मोरदबागिना देऊन (ओटी भरून) त्यांचा सन्मान केला जातो. म्हणजे असं, की एका बांबूच्या ट्रेमध्ये एका व्यक्तीच्या जेवणाला पुरेल एवढा शिधा दिला जातो. उदाहरणार्थ, तांदूळ, डाळ, चिंच, गूळ आणि कणिक. त्याचबरोबर एक साडी पण दिली जाते. त्याशिवाय त्या ट्रेमध्ये बांगड्या, ताजी फुलं, एक नारळ आणि काही फळंसुद्धा ठेवण्यात येतात. ती एक सुपली असते, त्याला एका दुसऱ्या सुपलीनं झाकण्यात येतं आणि त्यानंतर ते सगळं सामान त्या नदीला अर्पण करण्यात येतं. अशा प्रकारे नदीची ओटी भरणं आणि नदीचा सन्मान करणं हा प्रत्येक मुख्यमंत्र्याचा मान असतो. त्याचप्रमाणे शेतकऱ्यांच्या दृष्टीनंसुद्धा हा एक आनंदाचाच सोहळा असतो; कारण त्यांच्या कालव्यांना जास्त पाणी मिळतं.”

“मला हे माहीत आहे.” अनुष्का म्हणाली. “मी हे असं टी. व्ही.वर पुष्कळ वेळा पाहिलेलं आहे. जेव्हा नदी दुथडी भरून वाहू लागते, तेव्हा आपले मुख्यमंत्री मोरदबागिना अर्पण करतात.”

“मी धरणांविषयी माझ्या भूगोलाच्या पुस्तकांमध्ये वाचलं होतं; पण पहिल्यांदाच मी एखादं धरण बघतो आहे.” विक्रम म्हणाला.

“आमच्या शाळेमध्ये महाराष्ट्रातल्या धरणांवर आम्हाला एक धडा होता; पण या अनुभवाचा मला खूप उपयोग होईल.” रिया म्हणाली.

जरा वेळ फेरफटका मारल्यावर त्या सर्वांनी होस्पेटमध्ये जेवण केलं. त्यांना एका गोष्टीचं नवल वाटलं, ते म्हणजे संपूर्ण जेवणामध्ये विविध प्रकारचे भात होते- पिवळा भात, गोड भात, भाताची खीर, सांबार-भात, रसम-भात, दही-भात आणि चिंचेचा भात.

“नुसत्या भातापासून हे एवढे सगळे पदार्थ केलेले आहेत? हे कसं शक्य आहे?” विक्रम म्हणाला.

महादेवला हसू फुटलं. “हे बघ, आपण होस्पेटमध्ये आहोत, लक्षात आहे ना? आपण जर होस्पेटपासून निघून गंगावतीपर्यंत गेलो, तर सगळीकडे नुसती

हिरवीगार भाताची शेतं दिसतात. माझ्या पर्यटकांना हे दृश्य खूप आवडतं; त्यामुळेच तर इथले लोक तुंगभद्रा नदीला आपली आई म्हणतात. या प्रदेशाला भारताचं तांदळाचं कोठार म्हणतात.''

✿

पुढचा मुक्काम हम्पीला होता. हम्पी इथून जवळच होतं.

ते हम्पीला पोचले, तेव्हा दुपारचे दोन वाजून गेले होते. आकाशात तुरळक ढग होते. उन्हाचा ताप फारसा जाणवत नव्हता; पण आजूबाजूला कुठेही अजिबात हिरवी झाडी नव्हती. नुसते मोठमोठे खडक होते. ते जेव्हा व्हॅनमधून हम्पीच्या भग्नावशेषांच्या जवळ पोचले, तेव्हा त्यांच्यासाठी हुसेन हा गाईड त्यांची वाट बघत उभाच होता. फॉरेस्ट ऑफिसर मिस्टर सेशू यांनी त्याला या लोकांच्या सहलीविषयी आधीच सांगून ठेवलं होतं.

हुसेन तरुण आणि उत्साही होता. त्यानं सर्वांचं अतिशय प्रेमाने स्वागत केलं. तो सडपातळ, कृश अंगकाठीचा होता. त्याचे डोळे चमकदार होते आणि त्याच्या चेहऱ्यावर आत्मविश्वास झळकत होता.

''इथे विजय विठ्ठल मंदिर कुठे आहे?'' ममतानं विचारलं.

''आणि महानवमी डिब्बा कुठे आहे?'' अनुष्का म्हणाली.

''इथला बाजार कुठे आहे?'' रियानं विचारलं.

''पायऱ्यांची विहीर कुठे आहे?'' विक्रमनं विचारलं.

''कमल महाल कुठे आहे?'' आजी म्हणाली.

''हजार राम मंदिर कुठे आहे?'' आजोबांनी विचारलं.

हुसेननं हात वर करून सर्वांना शांत राहायला सांगितलं.

''थांबा, थांबा. तुमच्याकडे किती दिवस आहेत?''

''एकच दिवस.'' आजोबा म्हणाले.

''नाही, तसं म्हटलं तर दीड दिवस आहे.'' आजी म्हणाली.

''तीन दिवस.'' शीलाआक्का म्हणाली.

विक्रम ओरडला, ''अर्धा दिवस.''

सर्व जण जोरजोरात हसू लागले.

''तुम्हाला जर खरोखर हम्पी बघायचं असेल ना, तर तुम्हाला किती रस आहे आणि किती उत्साह आहे याच्यावर ते अवलंबून आहे. मी स्वत: हम्पी कित्येक महिने सतत पाहिलेलं आहे. खरं तर त्याला काही अंतच नसतो. हम्पीविषयी कितीतरी चित्रमय पुस्तकं आहेत, शिवाय गूगलवर केवढी माहिती आहे; पण इथली स्थळं आपण डोळ्यांनी प्रत्यक्ष बघण्याच्या अनुभवाशी त्याची तुलनाच होऊ शकत नाही.''

"प्रत्येक इतिहासाच्या पुस्तकामध्ये विजयनगरच्या साम्राज्याचा उल्लेख नेहमी असतोच." अनुष्का म्हणाली.

"हो. भारतातल्या इतिहासाच्या प्रत्येक पुस्तकामध्ये विजयनगर साम्राज्याविषयी एक तरी प्रकरण असतंच. या साम्राज्याने चौदाव्या आणि पंधराव्या शतकामध्ये फार महत्त्वाची भूमिका बजावली होती. आज जरी तिथले राजे हयात नसले, तरीसुद्धा हम्पी हे जगामधील अनेक सुप्रसिद्ध स्मारकांपैकी एक आहे. त्याला आता 'युनेस्को वर्ल्ड हेरिटेज साईट'चा सुद्धा दर्जा मिळालेला आहे." हुसेन अतिशय अभिमानाने म्हणाला.

"तुम्ही खरं तर शहरामधून फेरफटका मारायला पाहिजे. इथलं प्रत्येक स्मारक हे एका एका ऐतिहासिक घटनेचं प्रतीक आहे आणि प्रत्येकातून काहीतरी विशिष्ट गोष्ट प्रतीत होते. फक्त ते बघण्यासाठी आपल्याकडे तशी नजर पाहिजे आणि तो इतिहास ऐकण्यासाठी तसे कान पाहिजेत."

"आता या क्षणापासून आपण हुसेनचं बोलणं अगदी कान देऊन ऐकू या. एक गाईड म्हणून त्याला प्रचंड माहिती आहे." शीला म्हणाली.

मग सर्व जण विजयनगर साम्राज्याच्या भग्नावशेषांकडे बारकाईनं पाहू लागले.

"हम्पी हे शहर किती जुनं आहे?" ममतानं विचारलं.

"हम्पी शहर तसं खूपच पुरातन आहे. मला वाटतं कदाचित एक हजार वर्षं तरी जुनं असेल; पण विजयनगरच्या साम्राज्याची स्थापना मात्र सुमारे सातशे वर्षांपूर्वी झाली. दोन महान अशा लढवय्यांनी त्याची स्थापना केली. ते लढवय्ये म्हणजे हक्क आणि बक्क. त्यानंतर या साम्राज्याचा विस्तार दक्षिणेकडे झाला आणि हे साम्राज्य जवळजवळ अडीचशे वर्ष टिकलं."

त्यानंतर हुसेननं सर्वांना जवळच्याच एका मोठ्या खडकावर बसवलं.

"हो. मला शृंगेरीला हक्क आणि बक्क यांची नावं ऐकल्याचं आठवतं आहे. या दोघांचेच गुरू विद्यारण्य हे होते ना? आणि त्यांनी विजयनगरचं साम्राज्य प्रस्थापित करण्यासाठी शारदा देवीची आराधना करून तिच्याकडून खूप जास्त धन मिळवलं होतं ना?" अनुष्का म्हणाली.

"हो. खरं आहे तुझं म्हणणं." हुसेन म्हणाला. त्याला अनुष्काच्या तीक्ष्ण बुद्धीचं कौतुक वाटलं.

"हम्पी आणि विजयनगर यांच्यामध्ये काय फरक आहे?" विक्रम म्हणाला. "कधी कधी माझा खूपच गोंधळ उडतो."

"चौदाव्या शतकात हम्पी ही विजयनगर साम्राज्याची राजधानी होती. इथे एक खूप प्राचीन असं तळं आहे. ते अजूनही आपल्याला बघायला मिळतं. त्याचं

नाव आहे पम्पा सरोवर. हम्पी हे नाव पम्पा नावापासूनच आलेलं आहे, विजयनगर याचा अर्थ 'विजयाची किंवा यशाची नगरी'. जरा इकडे-तिकडे बघा, हा प्रदेश बघा. तुम्हाला सगळीकडे खडक दिसतील. तुंगभद्रा नदी या खडकांमधून सावकाश वाहते. इथे कितीतरी स्मारकं आहेत आणि यातली काही स्मारकं तर सामान्य युग (कॉमन एरा) सुरू होण्याच्या आधीच उभारण्यात आली आहेत. प्रत्येक राजानं अनेक स्मारकं बांधली; पण आपल्याकडे वेळ खूप थोडा असल्यामुळे मी तुम्हाला त्यातली जी अत्यंत महत्त्वाची स्मारकं आहेत तेवढीच दाखवणार आहे. उदाहरणार्थ, विरूपाक्ष मंदिर, हजार राम मंदिर, दोन मोठ्या गणपतींची मंदिरं, नरसिंह मंदिर, कमल महाल आणि विजय विठ्ठल मंदिर.'' हुसेन म्हणाला.

''मुलांनो, तुम्ही बाजार तर बघायलाच हवा; कारण त्याचा स्वतःचा असा एक इतिहास आहे. पूर्वीच्या काळी सगळं कसं होतं, हे त्या बाजाराकडे पाहून आपल्याला समजतं.'' शीलाआक्का म्हणाली आणि मग मुलांना कधी एकदा आपण हम्पी बघतो, असं होऊन गेलं.

हुसेन मान हलवून पुढे म्हणाला, ''इथून तुम्हाला अनेक स्मारकं दिसतील.''

तो म्हणाला ते खरंच होतं. आजूबाजूला कितीतरी लहान आणि मोठी स्मारकं होती.

''विजयनगरच्या अनेक राजांपैकी श्रीकृष्णदेवराय हा सम्राट सर्वांत प्रसिद्ध होता. तो स्वतः एक लेखकसुद्धा होता. तो अनेक लढाया लढला; पण त्यानं कधीच पराभव पत्करला नाही. त्यानं कृष्णपुरा नावाची एक उपनगरीसुद्धा बांधली. आपण आत्ता तीच बघणार आहोत. इथली गोपुरं विटांची बनवण्यात आलेली आहेत. विजयनगरमध्ये अनेक कुशल कारागीर होते; त्याचप्रमाणे वेगवेगळ्या राज्यांतून त्याने कुशल कारागिरांना इकडे बोलावून घेतलं होतं.''

मुलं चालता-चालता हुसेनचं बोलणं कान देऊन ऐकत होती. मोठी माणसंसुद्धा मंत्रमुग्ध झाल्यासारखी ऐकत होती.

त्यानंतर सर्व जण आपल्या व्हॅनकडे गेले आणि त्यांना जवळच एक बॅटरीवर चालणारी कार तिथे दिसली. हुसेननं मुद्दामच या कारची व्यवस्था केली होती; त्यामुळे त्यांना अगदी कमी वेळामध्ये अनेक स्मारकं बघता येणार होती.

त्यानंतर ते सर्व जण खुल्या मंदिरापाशी जाऊन पोहोचले. मग हुसेनने त्यांना त्याची माहिती देण्यास सुरुवात केली.

''या पाहा, गणपतीच्या दोन किती भव्य अशा मूर्ती आहेत. त्या शहराच्या प्रवेशद्वारापाशी ग्रॅनाईट पाषाणातून कोरण्यात आलेल्या आहेत. त्या आकारानं इतक्या प्रचंड मोठ्या आहेत; पण गमतीची गोष्ट अशी, की त्यांची नावं ज्या गोष्टींवरून देण्यात आली आहेत, त्या गोष्टी मात्र अतिशय छोट्या आकाराच्या

असतात. उदाहरणार्थ, इथल्या गणपतीला 'कडलेकाळु गणपती' असं म्हणतात. कडलेकाळु याचा अर्थ छोटासा हरभरा. त्याचप्रमाणे या दुसऱ्या गणपतीला 'सासिवेकाळु गणपती' असं म्हणतात. याचा अर्थ मोहरीचा दाणा. या दोन्ही मूर्ती इतक्या प्रचंड मोठ्या असल्या, तरीसुद्धा त्यांची नावं मात्र अगदी छोट्याशा बियांवरून देण्यात आली आहेत.''

ते ऐकून मुलांना हसू फुटलं.

त्यानंतर ते सर्व जण त्या बॅटरीवर चालणाऱ्या गाडीत बसले. तिथून पुढे ते विरूपाक्ष मंदिरापाशी जाऊन थांबणार होते.

मंदिराच्या बाहेर दुकान मांडून बसलेल्या फूलवाल्यांकडून आजीने देवासाठी फळं आणि फुलं घेतली. तिथे आजूबाजूला मोठ्या संख्येने माकडं होती. आजोबांनी त्यांच्यासाठी भरपूर केळी घेतली आणि ती सर्व त्या माकडांना खाऊ घातली.

''त्या माकडांच्या जास्त जवळ जाऊ नका बरं का, नाहीतर ती आणखी केळ्यांसाठी तुमच्यावर हल्ला चढवतील.'' हुसेन म्हणाला. ''त्यांना टेकडीवर हवं तेवढं खायला मिळतं. इथे आलेले भक्त त्यांना रोज भरपूर खायला देत असतात, तेव्हा आपण झट्‌कन इथून जाऊ.''

त्यानंतर ते सर्व जण मंदिराच्या प्रांगणामध्ये गेले. ते प्रांगण अतिशय मोठं होतं. तिथे अनेक खांब, त्याचप्रमाणे छोट्या-छोट्या खोल्या होत्या. मंदिराच्या चहूबाजूंनी विस्तीर्ण पटांगणं होती. एक खांब असलेला मठ होता आणि काही छोटी-छोटी देवळं होती. हुसेननं सर्वांना विरूपाक्ष मंदिराच्या सभामंडपामध्ये नेलं आणि त्या सर्वांना तिथे बसायला सांगितलं.

''विरूपाक्ष मंदिर हे इथे असलेल्या सर्व मंदिरांमधलं सर्वांत प्राचीन मंदिर आहे,'' तो म्हणाला. ''हम्पी या तीर्थक्षेत्राचं केंद्रस्थान म्हणजे हे मंदिर. विजयनगरच्या राजांनी श्री विरूपाक्ष देवाची उपासना केली. विरूपाक्ष हा शंकराचाच एक अवतार आहे. ते या राजघराण्याचं दैवत होतं. अनेक राजांनी या देवाला खूप मोठमोठ्या देणग्या दिल्या. आजसुद्धा उत्सवाच्या वेळी तिजोरीमधून सोन्याचे दागिने काढण्यात येतात आणि ते त्या मूर्तींवर चढवण्यात येतात. इथल्या लोकांचा असा विश्वास आहे, की हा देव विजयनगरच्या साम्राज्याच्या उदयास्ताचा साक्षीदार आहे.''

सर्वांनी सर्व बाजूंना पाहून तिथल्या गोष्टींचं नीट निरीक्षण केलं. अखेर त्यांची नजर छतावर चितारण्यात आलेल्या रंगीत चित्रांवर पडली आणि तिथेच खिळून राहिली. सर्वांच्या चेहऱ्यावर जे भाव उमटले होते, ते हुसेनने पाहिले आणि तो म्हणाला, ''ही चित्रं अत्यंत मौल्यवान आहेत. ही पाचशे वर्षांपूर्वीची आहेत.''

ते मंदिर सर्व बाजूंनी पाहून झाल्यावर त्या सर्वांनी भगवान विरूपाक्षाचं दर्शन घेतलं.

मंदिराच्या बाहेर आल्यावर मुलांनी बाजाराचा रस्ता धरला. हा बाजार मंदिराच्या विरुद्ध बाजूला होता; पण तो बाजार म्हणजे रस्त्याच्या दोन्ही बाजूला खूप जुन्या अशा केवळ ओवऱ्या बांधलेल्या होत्या. ते पाहून मुलांची निराशा झाली.

"मला तर वाटलं होतं, की या बाजारात खूप गर्दी असेल. खूप दुकानं असतील, जी मालानं भरलेली असतील." अनुष्का इकडे-तिकडे पाहत म्हणाली.

"हम्पी जेव्हा विजयनगरची राजधानी होती, तेव्हा इथे लाखो लोक राहत होते. शेकडो घोडे, व्यापारी, कलावंत, अधिकारी, संन्यासी आणि सामान्य नागरिक इथून पायी फिरत असत. हा बाजार नेहमीच गजबजलेला असे. आता त्याचा दिमाख जरी नाहीसा झालेला असला, तरीसुद्धा अजून पर्यटकांमध्ये हे एक अत्यंत महत्त्वाचं असं प्रेक्षणीय स्थळ आहे. इथल्या दगडांवर अनेक शिलालेख कोरलेले असून त्यावरून हे शहर पूर्वी कसं असावं, त्याचा अंदाज येतो. त्याचप्रमाणे त्या वेळच्या पर्यटकांनीसुद्धा या शहराविषयी खूप माहिती लिहून ठेवलेली आहे. उदाहरणार्थ, निकोलो दे कोण्टी, अब्दुल रझाक आणि इतर पर्यटक." हुसेन सगळ्यात शेवटी म्हणाला.

"त्या पर्यटकांनी काय लिहून ठेवलं आहे?" रियानं विचारलं.

"त्यांनी त्या वृत्तान्तात असं लिहिलं आहे, की हे बाजार व्यापाऱ्यांनी भरलेले असत आणि इथे विशेषतः मौल्यवान असे मोती मिळत असत. त्याचप्रमाणे हिऱ्यांचा व्यापारसुद्धा अगदी उघड्यावर होत असे. त्या वेळी रेशीम अतिशय लोकप्रिय होतं." हुसेन म्हणाला. आता सर्व जण परत त्या बॅटरीवर चालणाऱ्या कारच्या दिशेने निघाले होते.

त्यानंतर ते सर्व जण त्या गाडीने एका हत्तीच्या शेडमध्ये गेले. ही फारच प्रचंड मोठी होती. ही एवढी मोठी वास्तू पाहून मुलांना अतिशय आनंद झाला. त्यांनी त्यात वेगवेगळ्या ठिकाणी उभं राहून फोटो घेतले.

अनुष्काने लगेच विचारलं, "इथे खरंच हत्ती राहायचे का? या विजयनगरच्या साम्राज्यात राजाच्या पदरी हजारो हत्ती होते, असं आमच्या इतिहासाच्या पुस्तकात लिहिलेलं आहे."

"खूप चांगला प्रश्न विचारलास अनुष्का." हुसेन हसून म्हणाला. "लोक असं म्हणतात खरं; पण पुरातत्त्व शास्त्रज्ञांच्या मते ही इमारत म्हणजे त्या काळचं व्यवस्थापकीय कार्यालय असावं. विजयनगरच्या साम्राज्याचा पाडाव झाल्यानंतर ही संपूर्ण जागा ओसाड पडली. इथे कुणीच राहत नव्हतं; त्यामुळे या वास्तूची काळजी घेण्यात आली नाही. अशा प्रकारे अनेक इमारतींचे आता केवळ भग्नावशेष

उरलेले आहेत. विजयनगरच्या साम्राज्याचा पाडाव ही एक दुःखान्त कहाणी आहे. एक अत्यंत भरभराटीला आलेलं राज्य केवळ अर्ध्या दिवसात नष्ट झालं. त्यानंतर या विजयनगर साम्राज्याची पुढचे सहा महिने सतत लूटमार करण्यात येत होती. या सर्व इमारतींना जर तोंड असतं, तर त्यांनी आपल्याला कितीतरी कहाण्या सांगितल्या असत्या.''

त्यानंतर थोड्याच वेळात सूर्यास्त होण्याची वेळ आली. आता खूपच उशीर झाला होता.

''आम्ही जवळपासच कुठेतरी मुक्काम करून राहू.'' आजोबा हुसेनला म्हणाले. ''म्हणजे आपण उद्या सकाळी लवकर सुरुवात करू आणि दुपारच्या जेवणापर्यंत सर्व प्रेक्षणीय स्थळं पाहू.''

सर्वांनीच या बेताला मान्यता दिली.

✿

दुसऱ्या दिवशी सकाळी लवकरच ते सर्व जण महानवमी डिब्बा बघण्यासाठी गेले. महानवमी याचा अर्थ महान असे नऊ दिवस. स्थानिक भाषेत महानवमीला नवरात्री असं म्हणतात.

हुसेनने सर्वांना एका कट्ट्यावर बसवलं; कारण आता कथा सांगण्याची वेळ आलेली होती.

''पाचशे वर्षांपूर्वी हे स्थळ संपूर्ण राज्यामधलं अत्यंत महत्त्वाचं ठिकाण होतं. विजयनगरमध्ये दसऱ्यापर्यंतचे नऊ दिवस मोठ्या उत्साहानं साजरे करण्यात येत असत. जगभरातून सर्व कलाकार इथे येऊन गायन, वादन, नृत्य, चित्रकला, साहित्य आणि कुस्ती या आपल्या अंगच्या कलाकौशल्याचं प्रदर्शन घडवत. इथे विद्वानांना अतिशय मान होता. हा आनंद आणि अभिमान यांचं प्रतीक असलेला दीपोत्सव असे. यालाच 'महानवमी डिब्बा' असं म्हणतात. याचा अर्थ 'त्या महान नऊ दिवसांसाठी उभारण्यात आलेलं व्यासपीठ'.''

''बरोबर आहे. मला माहीत आहे, म्हैसूरमध्येसुद्धा अशाच प्रकारचा दीपोत्सव साजरा करण्यात येतो.'' ममता म्हणाली.

''हो. विजयनगरच्या साम्राज्याचा जेव्हा विनाश झाला, तेव्हा इथे साजरे करण्यात येणारे सर्व उत्सव म्हैसूरच्या राज्यामध्ये साजरे करण्यात येऊ लागले; म्हणूनच म्हैसूरच्या शासनकर्त्यांना विजयनगर साम्राज्याचे वारसदार म्हणून मान मिळतो.'' आजोबा अभिमानानं म्हणाले.

त्यानंतर हुसेनने मुलांना विजय विठ्ठल मंदिराकडे नेलं. हे तुंगभद्रा नदीच्या काठी होतं. ते अतिशय भव्य असं मंदिर होतं. त्याने त्यांना दगडात कोरीव काम करून बनवण्यात आलेला अतिशय सुंदर असा रथ दाखवला. हा मंदिराच्या

बाहेर पुढच्या बाजूला होता. त्यानंतर त्याने सर्वांना थोडा रिकामा वेळ दिला. सर्वांनी त्या वातावरणाचा मनसोक्त आनंद लुटला आणि पुष्कळ फोटोसुद्धा काढले. तोपर्यंत त्यानं शीलाआक्कासोबत या भग्नावशेषांची आणि मंदिराच्या इतिहासाची चर्चा केली.

मुलांचा तर या इतक्या नयनरम्य आणि भव्य अशा दृश्यावर विश्वासच बसत नव्हता.

त्यानंतर हुसेन एका खांबापाशी जाऊन उभा राहिला. त्या खांबाला बरेच छोटे-छोटे खांबसुद्धा होते. हुसेन त्याचं स्पष्टीकरण देत म्हणाला, "कोणे एके काळी या प्रत्येक खांबातून वेगवेगळ्या वाद्यांचे आवाज येत असत; कारण हे खांब बनवण्यासाठी काही विशिष्ट प्रकारच्या पाषाणाचा वापर करण्यात आला होता. विजय विठ्ठल मंदिर हे एक अतिशय भव्य मंदिर आहे; परंतु आता त्याचे केवळ भग्नावशेष शिल्लक आहेत. मंदिराच्या आतमध्ये मूर्ती नाही."

मुलांना ते ऐकून खूपच आश्चर्य वाटलं. थोड्या वेळानंतर हम्पीची ही सहल संपत आली.

सगळे जेव्हा चालत परत निघाले, तेव्हा हुसेन म्हणाला, "पूर्वीच्या काळीसुद्धा हे ठिकाण खूपच प्रसिद्ध होतं. रामायणामध्ये असा उल्लेख आढळतो, की हनुमान देवाचा जन्म इथेच झाला होता आणि या नगरीचं नाव त्या काळी किष्किंधा होतं."

मुलांना कमल महाल आणि हजार राम मंदिर ही दोन ठिकाणं बघायला मिळाली नाहीत, म्हणून ती जरा खट्टू झाली.

"आता पुढच्या वेळी तुम्ही जेव्हा याल, तेव्हा इथे जास्त दिवस राहा आणि हम्पी अगदी अथपासून इतिपर्यंत पाहा." शीला मुलांची उदासी दूर घालवण्यासाठी म्हणाली.

त्यानंतर सर्वांनी हुसेनचे आभार मानले. ते म्हणाले, "पुढच्या वेळी आम्ही जेव्हा इथे येऊ, तेव्हा तुम्हीच आमचे गाईड व्हा."

"आणि हो, आम्ही येताना आमच्या आणखी मित्रमंडळींनासुद्धा घेऊन येऊ." आजी म्हणाली. हुसेनने हात जोडून नमस्कार केला आणि आजोबा-आजींचे आभार मानले.

आता एकमेकांचा निरोप घेण्याची वेळ आली होती. मुलांनी एकमेकांना आपापले फोन नंबर दिले.

विक्रम म्हणाला, "आपण आता आपला एक व्हॉट्स ॲप ग्रूप बनवू या आणि एकमेकांच्या संपर्कात राहू या. आपण सर्वांनी वर्षातून किमान एकदा तरी भेटलं पाहिजे आणि त्या वेळी आपण या अशा छान-छान सहली काढू या. अशा

सहलीला गेलं की मला भारताविषयी खूप अभिमान वाटतो.''

त्यानंतर तो अनुष्काकडे वळून म्हणाला, ''अनुष्का, मला तुझं खरंच कौतुक वाटतं. तू माझ्या संपर्कात राहा बरं का! आणि हो, तुला जर काही नवीन माहिती मिळाली, तर मला कळव. माझ्या पुढच्या भारत भेटीच्या वेळी मी नक्कीच सोमनहळ्ळीची ती पायऱ्यांची विहीर बघायला येणार आहे.''

''नक्की. मला तर तुला सोमनहळ्ळी दाखवायला खूप आवडेल.'' अनुष्का हसून म्हणाली. अनुष्काने तिच्या सर्व मित्रमंडळींचा निरोप घेतला. आता सर्व मित्रमंडळी बाळेपुराकडे निघाली. त्यांची व्हॅन निघणार, इतक्यात अनुष्काने पळत जाऊन शीलाआक्काला घट्ट मिठी मारली.

आजोबापण त्यांच्यापाशी आले आणि म्हणाले, ''शीला, तुझ्यामुळे आज आम्हाला आमच्या कुटुंबाच्या इतिहासाचा मागोवा घेता आला. एकट्या अनुष्काला काही हे सगळं जमलं नसतं. तू आमच्या संपर्कात राहा. कधीतरी सोमनहळ्ळीला आमच्या घरी राहायला ये. तिथे तुला आम्ही ती प्रसिद्ध पायऱ्यांची विहीर दाखवू आणि एक इतिहासाची विद्यार्थिनी म्हणून तुला ती नक्कीच आवडेल.''

शीलानं त्यांचं ते म्हणणं मान्य केलं आणि त्यांना लवकरच भेट देण्याचं वचनसुद्धा दिलं. सर्व जण जड हृदयानं जायला निघाले.

तुंगभद्रेपाशी भेट

अनुष्कानं आजी-आजोबांकडे पाहिलं. "आपण आलमपूरला जायचं का?"

"अगं, ते इथून फार लांब आहे." आजी म्हणाली.

"म्हणून काय झालं? अगं आजी, तुंगभद्रा कृष्णा नदीला कुठे मिळते, ते आपल्याला बघता येईल. ते दृश्य फारच सुंदर असेल." अनुष्काच्या आवाजातून उत्साह नुसता ओसंडून वाहत होता.

'आता या मुलीची निराशा करणं फार कठीण आहे.' आजोबांच्या मनात आलं. त्यामुळे मग अनुष्काच्या आजी-आजोबांनी तिचा हा हट्टसुद्धा मान्य केला.

बाळेपुराहून त्यांच्या कारच्या मागोमाग जी रिकामी गाडी आलेली होती, त्यातून आता या तिघांचा आलमपूरचा प्रवास सुरू झाला. ती गाडी महादेव चालवत होता.

तो प्रवास तसा मोठा होता. हवा फार गरम होती आणि वाटेत कुठे झाडीसुद्धा नव्हती. तो संपूर्ण प्रदेश रखरखीत आणि खडकाळ होता. गार वारे वाहत नव्हते; पण कृष्णा आणि तुंगभद्रेचा संगम पाहून झाला की मगच सोमनहळ्ळीला परतायचं, असं आजी-आजोबांनी ठरवलं.

अनुष्कानं काही दागदागिन्यांसाठी किंवा दुसऱ्या कुठल्या महागड्या गोष्टीसाठी हट्ट केलेला नव्हता. तिनं तर फक्त तुंगभद्रेचा आणि कृष्णेचा संगम बघण्याची इच्छा व्यक्त केली होती. महादेवने वाटेत त्यांना मजेशीर गोष्टी सांगून त्यांचं मनोरंजन केलं; त्यामुळे तो प्रवास जरासा सुखकर झाला.

"आजोबा, मी आलमपूरला पहिल्यांदाच गाडी घेऊन निघालोय बरं का! आजपर्यंत कुठल्याही प्रवाशानं आलमपूरला जाण्याची इच्छा कधीच व्यक्त केली नव्हती; पण हे ठिकाण इतिहासाच्या अभ्यासकांसाठी फारच महत्त्वाचं आहे असं शीला सांगत होती. तिथे लाल दगडात बांधण्यात आलेली सुंदर देवळं आहेत.

शीला म्हणत होती, की ही देवळं बदामी आणि ऐहोल पद्धतीनं बांधण्यात आलेली आहेत. (ऐहोल हे कर्नाटकातील प्राचीन मध्ययुगीन काळातील बौद्ध, हिंदू आणि जैन स्मारकांचं ऐतिहासिक ठिकाण आहे.) असं म्हणतात, की ही देवळं पंधराशे वर्षांपूर्वी बांधण्यात आली. तेव्हा आपण याचा शोध घेतलाच पाहिजे.''

आजोबांनी ते मान्य केलं. ''हो, आपण प्रत्येकाकडून काही ना काहीतरी शिकलंच पाहिजे. म्हणजेच तर आपलं ज्ञान वाढतं. कधी कधी मला असं वाटतं, की आपण काही गोष्टी पुस्तकातून शिकतो, काही गोष्टी प्रवास करून शिकतो, काही गोष्टी नुसत्या निरीक्षणातून शिकतो, तर काही गोष्टी इतरांनी केलेल्या चुकांमधूनसुद्धा शिकतो. म्हणजेच दररोज आपण काही ना काहीतरी शिकतच असतो.''

ते जेव्हा आलमपूरला जाऊन पोचले, तेव्हा रात्र झालेली होती; त्यामुळे त्यांनी एका हॉटेलात मुक्काम केला.

दुसऱ्या दिवशी सकाळी त्यांनी गुंडीमला नावाच्या गावाला भेट देऊन तिथे कृष्णा आणि तुंगभद्रा यांचा जिथे संगम आहे, त्या ठिकाणाला भेट द्यायचं ठरवलं. तिथे अनेक मंदिरं होती. ते सर्व जण कृष्णा नदीच्या पायऱ्यांवर जाऊन बसले. या ठिकाणी तुंगभद्रा नदीनं आपली ओळख गमावली असल्याबद्दल त्यांना थोडंसं वाईट वाटलं. नदीच्या पात्रात भरपूर पाणी होतं आणि पाण्याला प्रचंड वेग होता. अनुष्काला वाटलं, आता ही कृष्णा नदी उत्साहानं, आपल्या आईला जाऊन मिळण्याच्या ओढीनं बंगालच्या उपसागराकडे निघालेली आहे.

त्यानंतर आजी म्हणाली, ''आयुष्य हे असंच सुरू राहायला हवं.''

मग तिने अनुष्काच्या डोक्यावरून हात फिरवला. ''इथे खूप मंदिरं आहेत. इथली जोगुलांबा देवी ही अतिशय शक्तिशाली देवी आहे असं मी ऐकलं आहे.''

निश्चितच तसंच असणार; कारण अनुष्काला मंदिराची लाल निशाणं वाऱ्यावर फडकताना दिसत होती. त्यानंतर ते सर्व जण जवळच्याच एका वस्तुसंग्रहालयामध्ये गेले. त्याचं व्यवस्थापन उत्तम होतं आणि त्यामध्ये अतिशय सुंदर अशा वस्तू ठेवलेल्या होत्या.

तिथे सर्व जण जरा वेळ बसले. महादेवनं सर्वांसाठी शहाळ्याचं पाणी आणलं.

शहाळ्यातून पाण्याचे शेवटचे थेंब ओढून पिऊन झाल्यावर अनुष्कानं खट्याळपणे आजोबांकडे पाहिलं. आता तिच्याकडून काहीतरी नवीन मागणी आपल्यासमोर ठेवण्यात येणार, हे आजोबांना कळून चुकलं.

अनुष्का घसा साफ करून म्हणाली, ‘‘आजोबा, आपण आता इथे आलमपूरमध्ये आलेलो आहोत, तर आपण जरा वासुदेव शेट्टी यांचा शोध घ्यायचा प्रयत्न करायचा का? कारण मराप्पाने सांगितलेल्या कहाणीनुसार वासुदेव शेट्टी हे आलमपूरचे होते ना?'' तिचा प्रश्न ऐकून आजोबा आणि आजी थक्क झाले.

‘‘अगं, हे फारच कठीण आहे अनुष्का; कारण आपल्याला तर तेलुगू भाषा येत नाही आणि हा तेलंगणा आहे. शेट्टी हे आडनाव सगळीकडे फारच प्रचलित आहे. तेव्हा आपण त्यांचा शोध कसा घेणार? शिवाय इथे आपली कुणाशीच ओळख नाही. त्यामुळे हे आपल्याला कसं काय जमणार?'' आजोबा म्हणाले.

‘‘पण आपल्याला सगळ्याच गोष्टी ओळखीच्या लोकांमार्फत कशाला करायला हव्यात? त्यापेक्षा आपण स्वतःच मनापासून प्रयत्न करू. आपण उद्याच इथल्या भूमी अभिलेख कार्यालयात जाऊ आणि तिथे चौकशी करू. एक गोष्ट खरी आहे, की तिथे आपल्याला जास्तच वेळ घालवावा लागेल; कारण प्रत्येक विभागाची माहिती देण्याची आपली अशी एक पद्धत असते; पण निदान आपण प्रयत्न करायला तरी काय हरकत आहे?'' आजी म्हणाली.

आजोबांनी या बेताला जरा नाईलाजानंच मान्यता दिली; पण आपल्या पुढच्या साहसाच्या कल्पनेनं अनुष्काच्या अंगात नुसता उत्साह संचारला होता.

सूर्यास्त होत आला होता; त्यामुळे आजी म्हणाली, ‘‘आपण आता हॉटेलमध्ये जरा विश्रांती घेऊ आणि उद्या सकाळी ताजेतवाने होऊन या कामाला सुरुवात करू.'' मग सर्व जण हॉटेलमध्ये परतले. हॉटेलात आल्यावर आजोबांनी तिथल्या स्वागतकक्षात काम करणाऱ्या माणसाकडून भूमी अभिलेख कार्यालयाचा नंबर मिळवला. तिथल्या ऑफिसमधील कमिशनरची भेट घेऊन त्यातून काही निष्पन्न होतं का, हे पाहायचं त्यांनी ठरवलं. त्यांनी लगेच त्या ऑफिसमध्ये फोन केला. त्यांना ठीक दहा वाजता ऑफिसमध्ये हजर राहायला सांगण्यात आलं. कदाचित कमिशनर साहेबांना वेळ मिळाला असता, तर त्यांची भेट घेणं शक्य होतं.

❁

दुसऱ्या दिवशी सकाळी भरपेट नाश्ता करून सर्वांनी आपला मोर्चा भूमी अभिलेख कार्यालयाकडे वळवला.

ते ऑफिस जरी जुनं असलं, तरी ती खूप भली मोठी आणि छान अशी इमारत होती. तिथे स्वच्छता होती, नीटनेटकेपणाही दिसत होता. आत शिरल्यावर समोरच्या बाजूला पाटी लावलेली होती, त्यावरून कमिशनर श्री. कामेश्वर राव हे असल्याचं त्यांना समजलं. त्या पाटीवर त्यांचं नाव सर्वांत वरच्या बाजूला लिहिण्यात आलं होतं आणि त्याच्याखाली इतरही बरीच नावं होती.

मग आजोबांनी कामेश्वर राव यांच्या हाताखाली काम करणाऱ्या एका कारकुनाच्या

मार्फत आपण आल्याचं त्यांना कळवलं. आपण इथे कर्नाटकातील सोमनहळ्ळीहून खास कुठल्या कामासाठी आलेलो आहोत, हेही त्यांनी त्याला सांगितलं.

त्यानंतर त्यांना ताबडतोब आत बोलवण्यात आलं. ते पाहून त्यांना जरासं आश्चर्यच वाटलं.

ते आत शिरले. ते एक मोठं दालन होतं. त्याचं छत खूप उंच होतं. एक पंखा सावकाश फिरत होता. मोठ्या खिडक्यांवर डासांची जाळी लावण्यात आली होती. समोरच एक मिशीवाले तरुण गृहस्थ बसलेले होते. त्यांचे केस व्यवस्थित विंचरलेले होते आणि त्यांच्या अंगात पांढराशुभ्र शर्ट होता.

"सर, बसा ना. तुम्ही एवढ्या दुरून सोमनहळ्ळीहून आला आहात, हे ऐकून मला जरा आश्चर्यच वाटलं. काल संध्याकाळी उशिरा तुम्ही इथे फोन केला होता ना? आता मला असं सांगा, मी तुम्हाला काय मदत करू?"

मग आजोबांनी जरासा वेळ घेऊन मराप्पानं अनुष्काला सांगितलेली संपूर्ण कहाणी त्यांना सांगितली आणि आपण वासुदेव शेट्टी यांचा शोध घेण्यासाठी इथे आल्याचंसुद्धा सांगितलं.

कामेश्वर राव त्यांचं बोलणं अगदी काळजीपूर्वक ऐकत होते.

आजोबा म्हणाले, "तुमच्या ऑफिसमधून आम्हाला या वासुदेव शेट्टींविषयी काही माहिती मिळणं शक्य आहे का?"

ते ऐकून कामेश्वर राव यांना अतिशय आनंद झाला. ते म्हणाले, "तुमच्यासारख्या वयस्कर व्यक्तींनी अडीचशे वर्षांपूर्वी काय घडलं यामध्ये एवढा रस घ्यावा, ही गोष्ट फारच उल्लेखनीय आहे. तुमच्या वयाची इतर माणसं बऱ्याचदा नुसती टी.व्ही. बघत असतात, नाहीतर फोनवर वेळ घालवताना दिसतात. त्याहूनही अधिक महत्त्वाचं, म्हणजे मला तुमच्या या अनुष्काचं कौतुक करावंसं वाटतं. ती किती चौकस बुद्धीची आहे. त्यामुळे माझ्या परीनं जेवढी मदत करणं शक्य आहे, तेवढी मी तुम्हाला करीन." असं म्हणून ते हसले आणि त्यांनी फोन करून आपल्या सहायकाला बोलावून घेतलं.

"आपण गवताच्या गंजीमध्ये एखाद्या सुईचा तर शोध घेत नाही आहोत ना?" अनुष्कानं जरासं चाचरत विचारलं.

"अगदी तसंच काही नाही. आपल्याला थोडासा तर्कशुद्ध विचार करायला हवा आणि परिस्थितिजन्य पुरावा लक्षात घेऊन काहीतरी निष्कर्ष काढायला हवा." कामेश्वर राव म्हणाले.

एवढ्यात त्यांचा मदतनीस आत आला. कामेश्वर राव यांनी त्याला नोंदणी विभागात जाऊन तपास करण्यास सांगितलं. तो कारकून एकीकडं तपासाचं काम करत असताना कामेश्वर राव म्हणाले, "अशा प्रकारच्या शोध कार्यामध्ये तंत्रज्ञानच

आपल्या मदतीला येतं, असा माझा अनुभव आहे; त्यामुळे आम्ही इथे सर्वच जुन्या नोंदी स्कॅन करून ठेवलेल्या आहेत. नशिबानं सगळीच्या सगळी कागदपत्रं अजूनही चांगल्या स्थितीत आहेत, त्यामुळे ती आम्ही व्यवस्थित ठेवलेली आहेत. आम्ही कागदपत्रं घाईने नष्ट करून टाकत नाही.''

त्यांनी सर्वांसाठी ताक मागवून घेतलं.

''मी इथल्या लोकांकडून एक गोष्ट ऐकलेली आहे, ती म्हणजे, सुमारे अडीचशे वर्षांपूर्वी वासुदेव शेट्टी यांना खूप मोठी देणगी प्राप्त झाली होती. इथे वासुदेव हे नाव तसं फारसं आढळत नाही. कदाचित तुम्ही ज्या वासुदेव शेट्टींविषयी सांगत आहात, ते एखाद्या मोठ्या शहरात स्थायिक झाले असतील किंवा त्यांनी त्यांची जमीन विकून टाकली असेल किंवा ती जमीन त्यांच्या हातून गेलीसुद्धा असेल; पण बऱ्याच वेळा व्यापारी लोक अशा प्रकारची मालमत्ता जतन करण्यात जास्त हुशार असतात. त्याचप्रमाणे ते पैशांची व्यवस्थासुद्धा नीट बघतात. त्यामुळे कदाचित ही मालमत्ता त्यांच्या हातून गेलेली नसेल. मी या भागातल्या आणखी एका रूढीविषयी ऐकून आहे. बऱ्याच वेळा पहिल्या नातवाला त्याच्या आजोबांचं नाव देण्यात येतं,'' असं म्हणून त्यांनी आपल्या कारकुनाला हाक मारली आणि देणगीच्या एखाद्या नोंदीमध्ये वासुदेव शेट्टी हे नाव अनेकदा आलं आहे का, ते पाहण्यास सांगितलं. जरा वेळानंतर कारकुनाने कॉम्प्युटरमधून डोकं वर काढलं. आता आजोबांचं हृदय जोरात धडधडू लागलं.

''सर, इथे ही जी नोंद आहे, त्यामध्ये वासुदेव शेट्टी हे नाव एकूण पाच वेळा आलेलं आहे. या नोंदीवरून असं दिसतंय, की यातली वासुदेव शेट्टी नावाची प्रत्येक व्यक्ती ऐंशी ते नव्वद वर्षं जगलेली आहे. वडील व्यक्तीचा मृत्यू झाल्यानंतरच ती मालमत्ता वारसाहक्कानं पुढच्या वारसाला देण्यात येते. या लोकांकडे बरीच जमीन होती, असं दिसतंय.''

''हे वासुदेव शेट्टी कोण आहेत?'' कामेश्वर राव म्हणाले.

''सर, तुम्हाला तर ते माहीत आहेत. 'यशोदा- कृष्णा ॲन्ड सन्स' असं त्यांच्या उद्योगाचं नाव आहे. शहराच्या मध्यवर्ती भागामध्ये त्यांची बरीच मालमत्ता आहे. लोक असं म्हणतात, की ही मालमत्ता त्यांच्याकडे वंशपरंपरेनं आलेली आहे. या लोकांच्या मालकीचे मोठाले मॉल्स आहेत. हे लोक स्वत: बांधकाम व्यावसायिक आहेत. त्याचप्रमाणे ते मर्सिडीज बेन्झचे डीलर्स आहेत आणि त्यांचे इतरही अनेक उद्योगधंदे आहेत.''

त्या कारकुनाच्या तोंडून यशोदा- कृष्णा हे नाव ऐकून आजीला आश्चर्याचा धक्का बसला. ''होय होय. नक्की हे तेच वासुदेव शेट्टी असणार. तुम्ही आम्हाला याविषयी जरा जास्त तपशील सांगू शकाल का?''

कामेश्वर शेट्टी हसून म्हणाले. "हो, नक्कीच. आपण तर त्यांना भेटायलाच जाऊ शकतो. मीसुद्धा तुमच्याबरोबर येईन. मला वाटतं, आपला नेम अचूक लागलेला आहे."

मग कामेश्वर राव यांच्या पाठोपाठ महादेवची गाडी निघाली आणि ते सर्व जण थोड्याच वेळात 'यशोदा- कृष्णा ॲन्ड सन्स' यांच्या मुख्य कार्यालयात जाऊन दाखल झाले. ते शहराच्या मध्यभागी होतं. तो परिसर प्रचंड मोठा होता. भूमी अभिलेख कार्यालयातल्या कारकुनानं त्या लोकांना या भेटीची आधीच कल्पना देऊन ठेवली होती, त्यामुळे ते कुटुंबीय या पाहुण्यांचं स्वागत करण्यासाठी तयारच होते; पण अचानक कमिशनर साहेब आपल्या भेटीला का येत आहेत, याविषयी त्यांच्या मनात जराशी धाकधूक होती.

प्रवेशद्वारापाशीच एक सोफा होता, त्याचप्रमाणे सुंदर फुलदाण्यासुद्धा होत्या. छतापासून एक झगमगणारं झुंबर लटकत होतं; परंतु आजोबांचं मात्र या कशाकडेच लक्ष नव्हतं. ते सर्व जण आत शिरताच आजोबांची नजर एका भल्यामोठ्या फोटोवर पडली. तो फोटो कृष्णाला कडेवर घेऊन चाललेल्या यशोदेचा होता. त्या फोटोच्या शेजारी भगवान वेंकटेश्वराचासुद्धा फोटो होता. ते पाहून आजोबांच्या चेहऱ्यावर स्मितहास्य पसरलं.

त्यानंतर सर्व जण आरामात बसले.

"तुमच्याकडे यशोदा आणि कृष्णाचा फोटो कसा काय बरं?" आजोबांनी अचानक विचारलं.

त्याबरोबर त्या कुटुंबातील एक वयस्कर गृहस्थ बोलू लागले. ते म्हणाले, "हो. खरं आहे तुमचं म्हणणं. माझ्या आजोबांनी आम्हाला असं सांगितलं होतं, की आमचं कुलदैवत म्हणजे भगवान वेंकटेश्वर आहे; परंतु यशोदा आणि कृष्णा यांनी आमचं आयुष्यच बदलून टाकलेलं आहे. आता ते कसं आणि का, हे काही मला माहीत नाही; पण ते म्हणत की त्यांना त्यांच्या आजोबांनी या संदर्भात एक कहाणी सांगितलेली होती. आम्हाला ती ठाऊक नाही; पण आम्ही त्यांच्या आज्ञेचं पालन केलं आहे. यशोदा-कृष्णा आणि तिरुपती बालाजी किंवा वेंकटेश्वराच्या कृपेनं आमची खूप भरभराट झालेली आहे. आणि हो, आम्ही जेव्हा कोणताही नवा उद्योग सुरू करतो, तेव्हा आमच्या कुटुंबात अशी प्रथा आहे, की आम्ही त्याला यशोदा-कृष्णाचं नाव देतो. त्यामुळेच आमच्या कंपनीचं नाव 'यशोदा-कृष्णा ॲन्ड सन्स' असं आहे. मला वाटतं हे यशोदा- कृष्णा आमच्या कुटुंबासाठी शुभ ठरलेले आहेत."

त्यांच्यातलाच एक भाऊ म्हणाला, "आमच्या आजोबांनी आम्हाला असं-सुद्धा सांगितलं होतं, की आम्ही कूडलीमधल्या शांती आश्रमामध्ये दर वर्षी

यशोदा आणि कृष्णा यांच्या नावे अन्नदान केलं पाहिजे.''

त्यावर तिसरा भाऊ म्हणाला, ''आम्ही आमच्या मुलांनासुद्धा असंच करायला सांगितलं आहे; म्हणजे आमच्या घराण्याची ही प्रथा पिढ्यान्‌पिढ्या चालू राहील.''

''कूडलीमध्ये तुमचे कोणी नातेवाईक राहतात का?'' आजोबा म्हणाले.

''नाही सर. आमच्या ओळखीचं तिथे कुणीच नाही. फक्त आमच्या वाडवडिलांनी आम्हाला जे काही सांगितलं आहे, त्याचं आम्ही पालन करतो.''

मग पहिल्या भावानं विचारलं, ''सर, आम्ही तुम्हाला काय मदत करू?''

''आम्ही यशोदा- कृष्णा यांच्या शोधात इथे आलो आहोत.''

त्या तिघाही भावांना ते ऐकून खूप आश्चर्य वाटलं. त्यानंतर आजोबा आणि आजींनी त्यांना परत एकदा ती संपूर्ण कथा सांगितली.

ती कथा ऐकून ते सर्वच कुटुंबीय आश्चर्यानं थक्क झाले.

त्या कथेला पुष्टी देणारा स्पष्ट असा जरी काहीही पुरावा नसला, तरी परिस्थितिजन्य पुराव्यामुळे त्यांच्या कुटुंबाचा या संपूर्ण घटनेशी काहीतरी संबंध होता, एवढं तर नक्की होतं.

''कदाचित तुमचे हे पूर्वज वासुदेव शेट्टी अत्यंत धार्मिक असतील. त्यांना जी देणगी प्राप्त झाली असेल, त्याचा वापर त्यांनी आपला उद्योगधंदा वाढवण्यासाठी

केला असेल आणि मग आपल्या दात्याविषयी मनात कृतज्ञता बाळगून त्यांनी आपल्या या उद्योगाला यशोदा- कृष्णाचं नाव दिलं असेल.'' कामेश्वर राव म्हणाले.

शेट्टी कुटुंबीयांना फारच आनंद झाला. सर्वांनी आता जेवायला आमच्याकडेच थांबा, असा त्यांनी आग्रह केला.

आजीला मात्र तिथे जेवायला थांबायला जरा संकोच होत होता; कारण आत्तापर्यंत या लोकांसमोर आपण जे काही मांडलं, ते केवळ तर्कशास्त्राच्या आधारावरच मांडलेलं आहे, याची तिला कल्पना होती. मग आजोबांनी तिची समजूत काढली. ते म्हणाले, ''अगं असू दे. हे आपले नवीन मित्रच आहेत.''

शेट्टी लोक एका भव्य अशा प्रासादात राहत होते. त्यांनी सर्वांसाठी जेवणाचा मोठा थाट केला होता.

जेवण झाल्यानंतर त्यांच्या घरच्या वयस्कर स्त्रीने आत जाऊन आजीसाठी गर्भरेशमी साडी, अनुष्कासाठी सलवार-कमीजचं कापड आणि आजोबांसाठी रेशमी धोतर आणलं.

''तुम्ही याचा स्वीकार करा. तो आमचा बहुमान होईल; कारण शेवटी यशोदा आणि कृष्णा यांनीच तुमची-आमची भेट घडवून आणली.''

''हे मात्र खरं आहे.'' आजोबा म्हणाले आणि त्यांनी त्या भेटीचा स्वीकार केला.

निघण्याआधी त्यांनी कामेश्वर राव यांचे मनापासून आभार मानले. त्यांनीच पुढाकार घेऊन मदतीचा हात दिला होता.

कामेश्वर राव हसून म्हणाले, ''खरंच. तुम्ही आज गवताच्या गंजीतून एक सुई शोधून काढलेली आहे. अर्थात त्यासाठी यशोदा आणि कृष्णाचे आशीर्वाद तुम्हाला लाभले.''

आता सर्वांनाच हसू फुटलं. त्यांनी कामेश्वर राव यांचा निरोप घेतला आणि आपल्या हॉटेलमध्ये परत आले. तो प्रवास तसा मोठा आणि कंटाळवाणा होता; परंतु आनंदानं सर्वांचा ऊर भरून आला होता. प्रत्येकाचीच संशोधकाची वृत्ती जागृत झाली होती.

''आता उद्या आपण सकाळीच गलगनाथला जायचं बरं का!'' आजोबा गाडीत बसता-बसता म्हणाले.

''एक दिवस तरी विश्रांती घेऊ आणि त्यानंतर आपण जाऊ.'' आजी म्हणाली.

पण आजोबांनी मात्र स्वत:चाच हट्ट खरा केला. ते म्हणाले, ''ही अनुष्का बंगळुरूला परत जाण्याआधी मला या कोड्यातले सर्व दुवे जुळवायचे आहेत.

शिवाय सोमनहळ्ळी गलगनाथच्या अगदीच जवळ आहे; त्यामुळे आपण तिकडूनच परत जाऊ. उषा आणि शेखर जेव्हा अनुष्काला न्यायला येतील, तेव्हा मला त्यांना ही संपूर्ण कथा सांगायचीच आहे.''

मग आजीला होकार द्यावाच लागला.

''तू एक काम का नाही करत? तू ही सगळीच्या सगळी कहाणी लिहून काढ आणि आपल्या व्हॉट्स ॲप ग्रूपवर टाक. शिवाय आपण या प्रवासात जे फोटो घेतले आहेत ना, ते सगळे त्याला जोड. म्हणजे आपल्या घराण्याच्या इतिहासाची चांगली नोंद तयार होईल.'' आजोबा आजीला म्हणाले.

''हो हो. मी नक्कीच तसं करीन; पण मी सगळीकडे आपल्या अनुष्काचा उदो उदो मात्र करणार नाही हो!'' आजी अनुष्काकडे बघत म्हणाली. मग ती पुढे म्हणाली, ''हे बघ अनुष्का, तू या सगळ्या प्रकरणामध्ये खूप मोठं काम केलं आहेस हे जरी खरं असलं, तरीसुद्धा माणसाच्या स्वभावामध्ये विनयशीलता असणं हेही तितकंच महत्त्वाचं आहे. आपल्याला मिळालेल्या यशाने आपण कधीच चढून जायचं नसतं. तू नेहमी विनयशील राहायला पाहिजेस, नम्र असायला पाहिजेस. लहान वयातच तुझा असा स्वभाव बनला, तर ते जास्त चांगलं होईल.''

अनुष्कानं मान हलवून त्या गोष्टीला होकार दिला.

खूप मोठी भेट

ते आलमपूरपासून निघून सोमनहळ्ळीला गेले. रात्री पोचायला त्यांना खूप उशीर झाला. दुसऱ्या दिवशी सकाळी ते सर्व जण गलगनाथला जायला निघाले. आजी आणि आजोबा याआधी अनेक वेळा सोमनहळ्ळीहून गलगनाथला गेले होते; पण ही सहल मात्र खास होती.

दुसऱ्या दिवशी सर्व जण भल्या पहाटे उठले, तेव्हा आजोबा जाण्यासाठी तयारच होते. आलमपूरमध्ये त्यांना जो शोध लागलेला होता, त्यानंतर आता आजोबांचा आत्मविश्वास खूपच वाढलेला होता.

"मी गलगनाथ गावच्या अकाउन्टन्टला चांगला ओळखतो; कारण याआधी तो सोमनहळ्ळीला होता. मी जेव्हा जमिनीचा कर भरायला जायचो, तेव्हा इथला मुख्य तोच होता; त्यामुळे आपलं काम अगदीच सोपं होणार आहे." आजोबांच्या मनात कामेश्वर राव यांचा विचार आला. त्यांनी आपल्याला कशी मदत केली, हे त्यांना आठवलं. तेव्हा आता इथेसुद्धा आपल्याला नवीन काही माहिती नक्कीच मिळेल, अशी त्यांना आशा वाटू लागली.

"आपण सगळ्यात आधी मंदिरात जाऊ. आपल्या पुढच्या सर्व कामांमध्ये देव आपल्या पाठीशी उभा राहील, अशी आपण आशा करू." ते म्हणाले.

"हे पाहा, मला थोडी विश्रांतीची गरज आहे." आजी आजोबांना थांबवत म्हणाली.

पण आजोबांना सगळ्या गोष्टींची फार घाई झाली होती; म्हणून ते अनुष्का आणि महादेव यांना म्हणाले, "आजी मंदिरात बसून विश्रांती घेईल आणि ती नंतर आपल्याला येऊन भेटेल."

त्यावर आजीने हसून होकार दिला. मग आजोबा, अनुष्का आणि महादेव गावच्या अकाउन्टन्टच्या ऑफिसकडे जायला निघाले.

इकडे आजी मंदिरात गेली. ते मंदिर एका भव्य चौथऱ्यावर बांधण्यात आलं होतं. आजी त्या चौथऱ्याच्या पायऱ्या चढून वर गेली. या मंदिराची रचना खूपच वेगळी होती आणि त्या प्रदेशातील इतर मंदिरांपेक्षा ते मंदिर खूपच निराळ्या पद्धतीनं बांधण्यात आलं होतं. आजीला वाटलं, या गोष्टीचा आपण आधी छडा लावला पाहिजे; म्हणून तिने घाईनं त्या मंदिराचा फोटो घेऊन तो शीलाला पाठवला. त्यानंतर जरा वेळ ती तिथेच वरदा नदीकडे पाहत उभी राहिली. वरदा याचा अर्थ आशीर्वाद देणारी. आजीला असं वाटलं, की ही नदी म्हणजे खरोखर माणसाला, विशेषत: शेतकऱ्यांना मिळालेला आशीर्वादच आहे.

आजीला जाणवलं, गेल्या दहा दिवसांत आपण एक खूप मोठा धडा शिकलेला आहे.

मग तिथूनच तिने वरदा नदीला नमस्कार केला आणि म्हणाली, "वरदे, तू तर आमचं जीवनच आहेस."

त्यानंतर तिनं पाहिलं तर छोटीशी वरदा नदी वळणं घेत प्रचंड तुंगभद्रेला जाऊन मिळालेली होती. हा त्या दोन नद्यांचा संगम होता. म्हणजे यातल्या एका नदीने स्वतःची ओळख पूर्ण गमावली होती आणि तिनं दुसऱ्या नदीला बलशाली केलं होतं; किंवा एखादं लहान मूल जसं आपल्या आईला जाऊन बिलगतं, तसं ते दृश्य होतं.

त्यानंतर ती मंदिरात शिरली. तिथे तिनं शिवलिंगाचं दर्शन घेतलं. त्यानंतर ती जरा वेळ मनातल्या मनात प्रार्थना करत तिथे थांबली.

अचानक शाळेचा गणवेश घातलेला एक मुलगा तिथे आला आणि त्यानं आपल्या दप्तरातून स्टीलची बाटली काढून त्या शिवलिंगावर पाण्याचा अभिषेक केला. त्यानंतर त्यानं त्या शिवलिंगाला बिल्वपत्र वाहून त्याच्यासमोर साष्टांग दंडवत घातला. मग तो आपलं शाळेचं दप्तर उचलून तिथून निघून गेला.

आजीनं आजूबाजूला पाहिलं. तिथे आलमपूरसारखा उकाडासुद्धा नव्हता आणि बाळेपुरासारखी थंडीसुद्धा नव्हती. हवा फारच छान, उबदार होती.

आजीला आपल्या भूमीविषयी अभिमान वाटू लागला. फार थंडीही नाही, फार उकाडाही नाही, फार दमटही नाही. आजी त्या सर्व वातावरणातलं सौंदर्य नजरेनं टिपून घेत असताना तिचं लक्ष मंदिराच्या प्रांगणाच्या पलीकडे प्रवेशद्वारापाशी असलेल्या एका मोडकळीला आलेल्या वास्तूकडे गेलं. मग तिने ती वास्तू जवळून पाहण्याचं ठरवलं आणि ती चालत तिकडे गेली. ती इमारत मोडकळीला आलेली होती. त्याला मातीच्या भिंती आणि खिडक्या होत्या. त्याच्या आरपार तिला वरदा नदी, त्याचप्रमाणे एक व्यवस्थित बांधलेली विहीरसुद्धा दिसत होती.

मग तिनं आत डोकावून पाहिलं, तर आत सगळीकडे निवडुंगाची झुडपं

माजलेली होती. ते घर इतकं प्रशस्त असूनसुद्धा ते राहण्यायोग्य उरलेलं नव्हतं. आतल्या बाजूला सावलीमध्ये काही भटकी कुत्री झोपलेली होती. ही वास्तू कोणे एके काळी अतिशय भव्य असणार, असं तिला वाटलं. मग तिनं आजूबाजूला पाहिलं, तर जवळच एक स्त्री नारळ विकत बसली होती; पण तिच्याकडे कोणीच गिऱ्हाईक आलेलं नव्हतं.

मग आजीनं त्या स्त्रीपाशी जाऊन तिला हसून विचारलं, ''काय गं, तुझं नाव काय? तू इथे केव्हापासून येतेस? या इमारतीचं नाव काय आणि ही वास्तू नक्की कुणाची आहे? इथे कोणीच कसं राहत नाही?'' शेवटी किती झालं तरी ती अनुष्काची आजी होती.

''माझं नाव वैभवी आणि माझ्या पतीचं नाव राजेंद्र. आम्ही गेल्या कित्येक वर्षांपासून इथेच राहतो. कोणे एके काळी ही इमारत आमच्या मालकीची होती; पण आता ही इमारत दुरुस्त करून घ्यायची म्हटलं, तर तेवढे पैसेसुद्धा आमच्याकडे नाहीत; त्यामुळे खरं तर या जुन्या वास्तूच्या अतिथीकक्षामध्येच बिऱ्हाड थाटून आम्ही राहतो.''

''तुझं आडनाव काय?'' आजी म्हणाली.

''वैद्य. हे घर माझ्या पतीचे पूर्वज लक्ष्मीकांत वैद्य यांच्या मालकीचं होतं. ते त्यांच्या काळातले अत्यंत नावाजलेले आयुर्वेदाचार्य पंडित होते; त्यामुळे त्यांना वैद्य हे आडनाव प्राप्त झालं. मी असं ऐकलंय, की त्या काळामध्ये अनेक राजे-महाराजे, त्यांच्या राण्या, दूरवरून इथे त्यांच्याकडून उपचार घेण्यासाठी येत असत. वैद्य लक्ष्मीकांत हे स्वत: कधीही कुठल्याही राजवाड्यामध्ये गेले नाहीत. सर्व जण उपचारासाठी इथेच येत आणि उपचार चालू असताना इथेच मुक्काम करून राहत. त्यांनी कुणाकडून कधीच कसलेच पैसे घेतले नाहीत; पण लोक मात्र त्यांना त्या उपचाराचा मोबदला म्हणून आपल्याकडच्या वस्तू, जमीन, असं काहीबाही देत असत. त्या काळी या ठिकाणी एक भव्य वैद्यशाळा होती. आपली औषधं तयार करण्यासाठी त्यांनी जवळच एक वनौषधींची मोठी बाग निर्माण केली होती. काही जुन्या काळचे लोक अजूनही त्याविषयी सांगतात. या संपूर्ण भागालाच तेव्हा 'वैद्यशाळा' असं म्हणत.''

ते ऐकून आजीची उत्सुकता फारच चाळवली गेली. ती म्हणाली, ''मग पुढे काय झालं?''

''लक्ष्मीकांत वैद्य हे भगवान गलगनाथाचे निस्सीम भक्त होते. भगवान गलगनाथ हे भगवान ईश्वराचं एक रूप आहे. लक्ष्मीकांत यांना एक अद्भुत शक्ती प्राप्त होती. त्यांनी आपल्या मुलांना आयुर्वेदाचं शिक्षण दिलं होतं. त्याचप्रमाणे इतर अनेक विद्यार्थ्यांनाही त्यांनी हे शिक्षण दिलं होतं. कालांतरानं त्यांच्या

विद्यार्थ्यांनी वेगवेगळ्या ठिकाणी जाऊन आपल्या स्वत:च्या वैद्यशाळा उभ्या केल्या; परंतु त्यांच्या मुलांना जरी ही विद्या अवगत असली, तरी दुर्दैवानं त्यांच्यामध्ये लोकांना मदत करण्याची इच्छा किंवा दातृत्वबुद्धी नव्हती. त्यांच्या वडिलांना अनेक लोकांनी अनेक देणग्या दिलेल्या असल्यामुळे या मुलांकडे वडिलांकडून खूप मोठी धनसंपदा आलेली होती. आमच्या घरी समृद्धी होती; परंतु त्या समृद्धीतून त्या मुलांमध्ये आळशीपणा आणि उद्धटपणा आलेला होता. त्यांनी आपलं ज्ञान पुढच्या पिढ्यांना दिलंच नाही. त्यांनी त्या धनसंपत्तीचा नुसता उपभोग घेतला आणि भविष्याची काहीही चिंता न करता ऐशोआरामात दिवस घालवले. या ठिकाणी घोड्यांसाठी तबेला होता, त्याचप्रमाणे पालख्यांसाठी एक शेड होती. या घरातल्या लोकांनी मात्र पैशाची उधळपट्टी करण्याच्या बाबतीत एकमेकांशी स्पर्धा करण्यास सुरुवात केली. त्यानंतर केवळ तीन ते चार पिढ्यांमध्ये त्यांच्याकडची सगळी धनदौलत संपुष्टात आली आणि त्यांना गरिबीत जिणं कंठायची वेळ आली. त्यानंतर त्यांनी आपल्याकडची सगळी मालमत्ता विकून टाकली आणि फक्त एक नारळाची बाग तेवढी शिल्लक ठेवली. आता ही नारळाची बाग आम्हाला मिळाली आहे आणि यातूनच आमचा चरितार्थ चालतो. मी तर याच्याकडे यशोदा आणि कृष्णा यांचे आशीर्वाद म्हणून पाहते.''

''काय? काय म्हणालीस तू? परत सांग.'' आजी म्हणाली.

''हो. या संपूर्ण भूभागाला यशोदा -कृष्णा भूमी असं म्हणतात. या जमिनीचे पुढे असंख्य तुकडे झाले आणि आम्हाला मूळ जमिनीतला एक छोटासा तुकडा मिळाला; म्हणून आम्ही हेच नाव कायम ठेवलेलं आहे.''

आता मात्र आजीला केवळ हर्षवायू होणंच बाकी होतं. ती खूपच आनंदी झाली होती. ती म्हणाली, ''तुम्ही तुमच्या घरातल्या मूर्ती कुठे ठेवता, ते मला दाखवशील का? मला तुमच्या घराण्याच्या दैवताला नमस्कार करायचा आहे.'' एका छोट्याशा घरामध्ये एका लहानशा फडताळात काही लहान-लहान मूर्ती ठेवलेल्या होत्या. त्यातली एकच मोठी होती, ती भगवान नारायणासारखी दिसत होती; पण त्या मूर्तीच्या हातात एक पुस्तक होतं आणि एक औषधाचं पात्र होतं आणि त्या मूर्तीचा एक हात वरदहस्तासारखा उंच धरलेला होता. त्याच्या शेजारी एक तांब्याचं तबक होतं. त्या तबकामध्ये कुंकू आणि थोडीशी ताजी फुलं ठेवण्यात आली होती. त्यावरून त्या देवांची रोज पूजा होत असणार, असं आजीला वाटलं.

''ही धन्वंतरीची मूर्ती बरीच जुनी दिसते आहे.'' आजी म्हणाली. आता तिचं मन एखाद्या डिटेक्टिव्हसारखं कामाला लागलेलं होतं.

''हो. कदाचित पूर्वी ही मूर्ती लक्ष्मीकांत वैद्य यांच्याकडे असेल. माझा पती

हा त्यांच्या घरातला सर्वांत मोठा मुलगा असल्यामुळे ही त्याला मिळालेली आहे. काही लोक आम्हाला ही मूर्ती विकण्याचा सल्ला देतात; कारण ही मूर्ती विकून खूप पैसे मिळतील, असं त्यांचं म्हणणं आहे; पण मी हे करू शकत नाही. हा आमच्याकडे आलेला वारसा आहे. मी जर असं केलं, तर मी पुढच्या पिढ्यांना माझं तोंड कसं दाखवू? हे तर एक पाप होईल ना? पण मग कधी कधी मी माझ्या मुलाच्या शिक्षणाचा विचार करते आणि मला फार भीती वाटते. आम्ही त्याच्या शिक्षणासाठी कुठून आणि कसे पैसे उभे करायचे?''

''त्या तांब्याच्या तबकावर नेमकी काय अक्षरं कोरलेली आहेत?'' आजीनं जरा चाचरत विचारलं.

''हे तबकसुद्धा आमच्याकडे वंशपरंपरेने चालत आलेलं आहे. त्यावर काय लिहिलंय हे काही मला वाचता येत नाही. खरं सांगायचं, तर या गावातल्या कुणालाच ते वाचता येत नाही; पण घरच्या वडीलधाऱ्या माणसांनी मला असं सांगितलं, की मी जर याची उपासना केली, तर एक ना एक दिवस कधीतरी माझं नशीब उघडेल. मलासुद्धा मनातून तशीच आशा वाटते.''

आजी त्यावर काहीच बोलली नाही; पण तिचा आनंद गगनात मावत नव्हता. ती वैभवीबरोबर घराच्या बाहेर आली आणि तिथल्या स्टूलवर बसून राहिली.

''तुझा मुलगा काय करतो गं?''

''अरे? तुम्ही देवळात आनंदला भेटला नाहीत का? तो तिथे पूजा करत होता. तुम्ही तर तिथेच होतात की. भगवान गलगनाथाच्या कृपेने आम्हाला रोज दोन वेळा पोटाला खायला मिळतं; त्याबद्दल आम्ही त्याचे आभार मानतो. आमच्या कृतज्ञतेचं प्रतीक म्हणून तो रोज सकाळी शाळेत जायच्या आधी मंदिरात जाऊन देवाची पूजा करतो.''

वैभवीचा पती राजेंद्र दूर एका कोपऱ्यात खोकत बसला होता. तो म्हणाला, ''आमचा आनंद खूप हुशार आहे आणि शाळेमध्ये खूप चांगला अभ्यास करतो. तो नेहमी असं म्हणतो, की त्याला त्याच्या वाडवडिलांप्रमाणे डॉक्टर व्हायचंय, आणि त्याला याच भागात वैद्यकीय व्यवसाय सुरू करायचा आहे बरं का! हे त्याचं स्वप्न आहे; कारण इथे खूप पूर्वी एक सुप्रसिद्ध वैद्यशाळा होती.''

''पण हे तर अशक्यच आहे. आम्हाला हा एवढा खर्च कसा झेपणार? तो कितीही हुशार असला, तरी आम्ही त्याला वैद्यकीय शिक्षण घेण्यासाठी कधीच कॉलेजमध्ये पाठवू शकणार नाही. माझी फक्त एवढीच इच्छा आहे, की त्याचं आमच्यासारखं होऊ नये. अगदी तो बँकेमध्ये शिपाई झाला ना, तरीसुद्धा मला आनंद होईल. निदान त्याला कायमस्वरूपी सरकारी नोकरी मिळाली, तर आमचे

जसे हाल झाले तसे त्याचे होणार नाहीत.'' वैभवी जराशा वैषम्यानं म्हणाली.

''पण तुमचा धंदा कसा काय चाललाय?'' आजीनं मुद्दामच विषय बदलण्याचा प्रयत्न केला.

''असं बघा, इथे काही प्रेक्षणीय स्थळं नाहीत; त्यामुळे जास्त पर्यटक येत नाहीत. जेव्हा कधी काही सणवार असतात, तेव्हा लोक संगमामध्ये स्नान करण्यासाठी येतात. मग त्या वेळी आमचा धंदा जरा बरा होतो. बाकीच्या वेळेला मी एका डॉक्टरांच्या घरी स्वयंपाकाचं काम करते आणि माझा नवरा एका बँकेमध्ये सफाई कामगार आहे. हे असं आहे आमचं आयुष्य.'' असं म्हणून तिनं निराशेनं मान खाली घातली.

''मग तुम्ही कोविडच्या काळात काय केलंत?''

''तेव्हा तर आमचा काहीच धंदा चालत नव्हता; पण आम्हाला थोडासा शिधा मिळत होता. त्याच्यावर आमचं कसंबसं भागत होतं.''

मग आजीनं वैभवीच्या खांद्यावर हात ठेवला आणि मान हलवली.

त्याच क्षणी आजोबा अनुष्काला आणि महादेवला घेऊन तिथे आले. त्यांना मंदिराच्या प्रवेशद्वारापाशी उभी असलेली आजी लगेच दिसली. त्याचप्रमाणे त्यांना तिच्या शेजारचं ते जोडपे दिसलं आणि त्यांनी त्यांना बघून नमस्कार केला. मग आजोबा पडलेल्या चेहऱ्यानं आजीकडे वळून म्हणाले, ''मला कुठलीही कागदपत्रं मिळू शकली नाहीत. तिथे प्रचंड गर्दी होती आणि लोक नोंदणीच्या कामातच गुंतलेले होते. सगळीकडे नुसता कागदांचा खच पडला होता. त्यांनी अजून काहीच डिजिटलायझेशन केलेलं नाही. त्या अकाउन्टन्टनं मला एक महिन्यानंतर भेटायला बोलावलं आहे.''

त्यावर आजी हसून म्हणाली, ''असू दे. काही बिघडलं नाही. मी इथे थांबून बरंच काम केलेलं आहे.''

मग आजीनं त्यांना सर्वकाही सांगितलं. ते ऐकून आजोबा फारच खूश झाले.

अनुष्का म्हणाली, ''आजोबा, मला एक कल्पना सुचली आहे. आपण त्या तांब्याच्या तबकाचा एक फोटो घ्यायचा का? कदाचित त्यावरून आपल्याला काहीतरी महत्त्वाची माहिती मिळू शकेल. एक आठवतंय का? अब्दुल रशीद काकांनी आपल्याला त्या सोमनहळ्ळीत सापडलेल्या पायऱ्यांच्या विहिरीजवळच्या शिलालेखांचं भाषांतर करून दिलं होतं. आपण हा फोटो त्यांना पाठवू शकतो.''

एकंदर आजीच्या बोलण्याच्या संदर्भावरून आजोबांना जे काय कळायचं ते कळलं होतंच; पण तरीसुद्धा त्या तबकावर काय मजकूर कोरलेला होता, याची त्यांनासुद्धा उत्सुकता होती.

आजीनं वैभवीकडे पाहिलं. राजेंद्रच्या शेजारी उभी राहून तीसुद्धा हे संभाषण

अगदी लक्षपूर्वक ऐकत होती.

“अगं, आम्ही सोमनहळ्ळीहून आलेले आहोत. ही माझी नात अनुष्का आहे. आम्ही पुन्हा एकदा त्या तांब्याच्या तबकाकडे नीट निरखून पाहू का?”

“आजी, तुम्हाला ते तबक विकत हवंय का? पण हे पाहा, मी काही झालं तरी ते तबक विकणार नाही हं.” वैभवी म्हणाली.

“नाही गं बाई. अजिबात नाही. तू ते तबक कधीही कुणालाही विकू नको; पण त्याच्यावर जो मजकूर कोरलेला आहे, त्याचा कदाचित तुमच्या कुटुंबाशी काहीतरी संबंध असेल. त्या तबकावर जो काही मजकूर आहे ना, तो आपण एखाद्या तज्ज्ञाकडून वाचून घेऊ या आणि नंतर ते तबक तुमच्या कुटुंबाकडेच राहील. आम्ही फक्त त्या तांब्याच्या तबकाचा फोटो तेवढा काढून घेत आहोत.” आजी तिची समजूत घालत म्हणाली. मग वैभवीनं आणि राजेंद्रनं त्यांना त्या तबकाचा फोटो काढण्याची परवानगी दिली.

अनुष्कानं ही संधी साधून त्या तबकाचे वेगवेगळ्या बाजूंनी अनेक फोटो काढले.

आजोबांनी ताबडतोब ते सगळे फोटो अब्दुल रशीदला पाठवून दिले.

त्यानंतर आजीनं वैभवीला एक हजार रुपये दिले आणि म्हणाली, "हे तू ठेवून घे. तू मला तुझा फोन नंबर देतेस का? म्हणजे आपण नंतर सविस्तर बोलू." मग दोघींनी एकमेकींचे फोन नंबर एकमेकींना दिल्यानंतर आजी, आजोबा आणि अनुष्का परत एकदा सोमनहळ्ळीला परत जायला निघाले. त्यांना मनावरचं ओझं दूर झाल्यासारखं वाटत होतं.

ते जेव्हा परत घरी पोचले, तोपर्यंत अब्दुल रशीदने त्यांना सगळे तपशील पाठवलेले होते. तो मजकूर असा होता :

इ.स. १६९८ मध्ये, दुर्मुख संवत्सरामध्ये, मलेनाडूचा राजा बसप्पा नायक आणि त्याची राणी सुनंदा यांनी राजीखुशीने गलगनाथ इथे राहणारे श्री. लक्ष्मीकांत वैद्य यांना पाचशे एकर जमीन देणगी म्हणून दिलेली आहे. त्यांचे वैद्यकीय क्षेत्रातील योगदान, त्याचबरोबर त्यांनी यशोदा आणि कृष्णा यांच्यावर केलेले उपचार लक्षात घेऊन ही देणगी त्यांना देण्यात येत आहे. ही देणगी हे कृतज्ञतेचे प्रतीक समजावे.

देणगीदाखल देण्यात आलेल्या जमिनीचा तपशील पुढीलप्रमाणे होता :

पूर्वेकडे वरदा नदीच्या हद्दीपर्यंत
पश्चिमेकडे गलगनाथ तळ्याच्या हद्दीपर्यंत
उत्तरेला रानाच्या हद्दीपर्यंत
दक्षिणेला गलगनाथ मंदिराच्या भिंतीच्या हद्दीपर्यंत
ही जमीन त्यांच्याकडून कोणीही काढून घेऊ शकणार नाही आणि जर ती जमीन कोणी बळकवण्याचा प्रयत्न केलाच, तर तो दखलपात्र गुन्हा ठरेल.
या व्यवहाराचे साक्षीदार वरदा नदी आणि भगवान गलगनाथ हे आहेत. आकाशात जोपर्यंत सूर्य आणि चंद्र अस्तित्वात आहेत, तोपर्यंत हे वैध आहे.

आजीच्या आनंदाला तर सीमाच नव्हती. ती म्हणाली, "आपल्याला हा आनंद साजरा केलाच पाहिजे. मी आज खीर करते."

रात्रीच्या जेवणानंतर ते तिघंही एकत्र बसले. आजीनं शेखर आणि उषाला फोन केला. तिला फोनवर जेवढं सांगणं शक्य होतं, तेवढं सगळं तिनं सांगितलं.

फोन झाल्यावर आजोबा आजीकडे वळून म्हणाले, "तू गलगनाथला जी काही डिटेक्टिव्हगिरी केलीस, त्याबद्दल तुला काय बक्षीस हवं?" त्यांचे डोळे

चमकत होते.

“मला माझ्यासाठी काहीच नको.” आजी यशोदेप्रमाणे म्हणाली. “तुम्ही जर त्या आनंदच्या शिक्षणाला हातभार लावून त्याला डॉक्टर होण्यात मदत केलीत, तर तेच माझ्यासाठी मोठं बक्षीस आहे.”

“मी तुला आज किती वर्षं ओळखत आहे. तू दर वेळी दुसऱ्यांसाठीच काहीतरी मागतेस; पण तुला खरं सांगू का? मलासुद्धा हे करायचं होतं.” असं म्हणून आजोबा हसले.

“आजोबा, तुम्हाला आता या वर्षी लवकरच पंचाहत्तर वर्षं पूर्ण होणार आहेत ना? मग गोपाळआजोबांच्या मुलांनी सर्वांना बोलावून गोपाळआजोबांचा वाढदिवस जसा साजरा केला, तसा आपण तुमचाही करायला पाहिजे, नाही का? मग आपण तुमचा वाढदिवस सोमनहळ्ळीला करायचा, बंगळुरूला करायचा, का बाळेपुरामध्ये करायचा?”

“हे बघ, आम्हाला कुठल्याही स्वरूपाचा समारंभ वगैरे करायचा नाही. त्यापेक्षा मी ते पैसे आनंदच्या उच्च शिक्षणासाठी वापर, असंच शेखरला सांगणार आहे.” आजोबा म्हणाले.

आजोबांचा तो निर्णय ऐकून आजीलाही खूप आनंद झाला. ती म्हणाली, “माझ्या डिटेक्टिव्हगिरीच्या कामाचे पैसेसुद्धा त्यातच घाला बरं का.”

“आजी आणि आजोबा, तुम्ही अगदी मेड फॉर इच अदर आहात.” अनुष्का खिदळत म्हणाली. “पण आजोबा, तुमचं सहस्र पूर्णचंद्रदर्शन मात्र आपण बाळेपुरातच साजरं करायचं बरं का! आणि तोपर्यंत पुढच्या रथोत्सवाची वेळ आलेली असेल. आता आपल्याला सर्वांनाच त्यामागचा इतिहास माहीत असल्यामुळे त्याला वेगळाच अर्थ प्राप्त झालेला असेल. आपण त्या वेळी सगळं काही अगदी परंपरागत पद्धतीने साजरं करू या. आपण आपली संस्कृती आणि आपली मुळं विसरता कामा नयेत. तोपर्यंत कोविड हे जग सोडून गेला असेल अशी आपण आशा करू या.”

“अनुष्का, तू तर खरीखरी हिरॉइनच आहेस की!” आजोबा आणि आजी एकदमच म्हणाले.

या अनुभवातून अनुष्काला एक गोष्ट कळून चुकली, ती म्हणजे, आपण नेहमीच प्रश्न विचारले पाहिजेत आणि योग्य उत्तर मिळेपर्यंत आपण कधीच समाधान मानून गप्प बसू नये. ही गोष्ट कितीही कठीण असली, तरीसुद्धा चिकाटीनंच शेवटी यशाची प्राप्ती होते. बशीर आणि इब्राहिम अंकल यांनी रथोत्सवाच्या पहिल्या दिवशी सुरुवातीला रथ का ओढायचा, हे जर तिने विचारलं नसतं किंवा आजोबांनी व्यक्तिशः जाऊन इब्राहिम अंकलच्या कुटुंबीयांना निमंत्रण

का द्यायचं असतं, हे विचारलं नसतं, तर कदाचित हा पुढचा सगळा शोध लागलाच नसता. अर्थातच शीला, श्रीनिवास भट, मराप्पा, कामेश्वरराव, मिस्टर सेशू आणि इतर कितीतरी माणसांनी जी मदत केली होती, ती तर अनमोलच होती; पण अखेर त्यामागचं सत्य उजेडात आणलं, ते केवळ अनुष्कानं. असं सगळं आजी, आजोबांना नंतर म्हणाली; पण त्या वेळी ते ऐकायला अनुष्का जवळपास नव्हती.

दुसऱ्या दिवशी अनुष्का बंगळुरूला जायला निघाली. ती या सहलीविषयी अत्यंत समाधानी होती. गेल्या दहा दिवसांत खूप काही बदललं होतं. नवीन नाती निर्माण झाली होती आणि कितीतरी आठवणी निर्माण झाल्या होत्या. ती खरं म्हणजे केवळ सुट्टी घालवण्यासाठी सोमनहळ्ळीला आली होती; पण आता मात्र केवढी मोठी इतिहासाची परंपरा घेऊन ती परत चालली होती.

डॉक्टर शेखर आणि उषा तिला परत घेऊन जाण्यासाठी आले. इकडे आजी, आजोबा आणि अनुष्कानं जे काही शोधून काढलं होतं, ते पाहून त्यांना आश्चर्याचा धक्काच बसला. अनुष्का फक्त हसली आणि म्हणाली, "खरं तर मला माझा नदीविषयीचा प्रोजेक्ट लिहून पूर्ण करायचा आहे; पण तो प्रोजेक्ट करायच्या निमित्तानं मी खऱ्याखुऱ्या नदीच्या काठानं कितीतरी प्रवास केला. खऱ्याखुऱ्या लोकांना भेटले. नद्या जीवन कसं समृद्ध करतात याविषयी आपण अनेकदा बोलतो, ते खरंच आहे. माझ्या या प्रोजेक्टचं नाव असेल 'एक नदी-पुष्कळ कहाण्या'."

आपण गेल्या कितीतरी वर्षांत बाळेपुराला गेलोच नाही, याची डॉक्टर शेखर यांना खूप खंत वाटली. त्यांना तर ते मंदिर नीटसं आठवतसुद्धा नव्हतं. मग त्यांच्या एक गोष्ट लक्षात आली की याविषयी आपण अनुष्काला शिकवण्याऐवजी तीच आपल्याला शिकवत आहे. फांदीच मुळाला सगळं काही समजावून सांगत आहे.

"आपल्या रोजच्या यांत्रिक, शहरी जीवनामध्ये आपण जगणं, कुटुंब, संभाषण हे सगळंच हरवून बसलो आहोत. या जीवघेण्या स्पर्धेमध्ये ज्या लोकांना आपल्या खऱ्याखुऱ्या मदतीची गरज आहे, त्या लोकांनाच आपण विसरून गेलो आहोत; पण दर वेळेला माझी मुलगी मला या गोष्टीची आठवण करून देते आणि तीच माझी गुरू होते. मला या गोष्टीचा खूप अभिमान वाटतो." डॉक्टर शेखर म्हणाले. "थँक्यू अनुष्का. तू आम्हा वडीलधाऱ्या माणसांना खरी जीवनमूल्यं शिकवलीस. तू मला माझ्या मुळांशी नेऊन जोडलंस. यशोदेनं केवढा मोठा स्वार्थत्याग केला, हे पाहून मी आश्चर्यानं थक्क झालो आहे. आपल्याला सर्वांना तिचा किती अभिमान वाटला पाहिजे."

सर्वांचं त्यावर एकमत झालं. दुपारच्या जेवणानंतर अनुष्काचं सामान कारमध्ये चढवण्यात आलं.

अनुष्कानं आजी-आजोबांना वाकून नमस्कार केला. तिनं महादेवचा निरोप घेतला. सर्वांनाच भावना अनावर झाल्या होत्या.

आजी आणि आजोबा या दोघांनी तिला आशीर्वाद दिले. ''अनुष्का, तुझ्या आयुष्यात तूसुद्धा एक यशोदा हो.''

आजी डोळे पुसत म्हणाली, ''परत कधी येशील बाळा?''

अनुष्का आजीला मिठी मारून म्हणाली, ''लवकरच येईन.''

''आप्पा, लहान मुलांनी मोठ्या माणसांना कसं शिकवायचं, हे मला कुठून समजलं, माहितीय का?'' गाडीत बसून सगळे घराकडे निघाल्यावर अनुष्का आपल्या वडिलांना म्हणाली आणि वडिलांच्या उत्तराची वाट न बघता तिनं आपल्या हातातलं पुस्तक त्यांना दाखवलं. त्या पुस्तकाचं नाव होतं, How I taught my grandmother to read and write and other stories (मी माझ्या आजीला लिहायला, वाचायला कसं शिकवलं आणि इतर कथा) आणि लेखिकेचं नाव होतं सुधा मूर्ती.

◆